வஞ்சிக்கப்பட்ட சீடன்

notionpress
.com

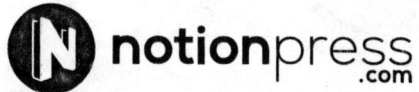

வஞ்சிக்கப்பட்ட சீடன்

முனைவர். சுவாமிதாசன் பிரான்சிஸ்

notionpress.com

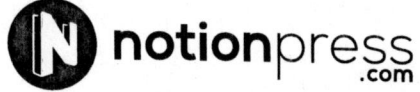

Notion Press

5 Muthu Kalathy Street, Triplicane,

Chennai - 600 005

First Published by Notion Press 2015

Copyright © Swami D. Francis 2015

All Rights Reserved.

ISBN: 978-93-52060-50-4

This book has been published in good faith that the work of the author is original. All efforts have been taken to make the material error-free. However, the author and the publisher disclaim the responsibility.

No part of this book may be used, reproduced in any manner whatsoever without written permission from the author, except in the case of brief quotations embodied in critical articles and reviews.

சமர்ப்பணம்

நான் எழுதிய முதல் நாடகத்தை டைரக்ட் செய்து 1979 ல் அரங்கேற்ற உதவிய என் சித்தப்பா,

அமரர்ள ஸ்.தேவசகாயம், பி.ஏ.

அவர்களுக்கு என் எளிய அர்ப்பணம்.

இரண்டு கைகளாலும் அச்சடித்த எழுத்துக்கள் போல் அழகாக எழுதும் திறமை

இயற்கையைத் தன் தூரிகையால் சிறைபிடித்து அழகான ஓவியமாக்கும் திறமை

ஓசைகளைத் தன் ஆர்மோனியத்தில் கோர்த்து இனிய இசையாக்கும் திறமை

நாட்டுநடப்புகளைக் காட்சிகளாகவும் கதாபாத்திரங்களாகவும் நாடகமாக்கும் திறமை

இத்தனை இருந்தும் காலம் பதித்த சரித்திரப் பதிவேட்டில் இவரது பக்கம் வெறுமை

அதனால், இந்த ஏட்டில் பதித்து, இவரைக் கொண்டாடுவது எனக்குப் பெருமை.

யேசுவின் சீடன் யூதாஸ் இஸ்காரியொத்

ஆதிகாலம் தொட்டு இன்றுவரை இறைமகன் யேசுவை காட்டிக் கொடுத்த இழிவான ஒரு துரோகியாக பார்க்கப்படுபவன் யூதாஸ். உலக இலக்கியங்கள் முதல் கிறிஸ்தவ போதனைகள் வரை அவனைத் துரோகத்தின் அடையாளமாகவே சித்தரிக்கின்றன. யேசுவால் தேர்ந்தெடுக்கப் பட்ட பன்னிரண்டு சீடர்களில் ஒருவனான யூதாஸ் தான் அவரைக் காட்டிக்கொடுத்த துரோகியென்று விவிலியம் தெளிவாகக் குறிப்பிடுகிறது. இருந்தாலும், அவனது துரோகத்துக்கானக் காரணம் உலகியல் ஆசையா? இறையியல் தாகமா? பணமா? சாத்தானின் சோதனையா? ஒருவேளை யூதாஸ் யேசுவின் பிறப்புப் பிரகடனமான மனிதகுல மீட்புப் பணியை முழுமையாக்கத் தன்னையே அர்ப்பணித்த, உலகத்தால் தவறாக புரிந்து கொள்ளப்பட்ட, ஒரு வஞ்சிக்கப்பட்ட சீடனா? என்ற கேள்விகளுக்கு விடை சொல்ல முயற்சிக்கிறது இந்த மேடை நாடகம்.

காட்சி - 1

இடம்:- நரகம்

பாத்திரங்கள்:-

லூசிபர், மெபிஸ்டோ, பால்சிபல், பசாசுகள், சில மனிதர்கள்..

காட்சி அமைப்பு:-

எங்கும் நெருப்புக் கனல், அக்னிச் சுவாலைகள், மரண ஓலம்.. எரிந்து கரிந்த கொள்ளிக் கட்டைகள் போல புகையும் மனிதர்கள்... அலங்கோலமாக அல்லாடி வேதனையில் துடிக்கும் மனித உருவங்களைப் பந்தாடிச் சிதைத்து ஆங்காரமாகச் சிரித்து ஆர்ப்பரிக்கும் அவலட்சணமான பசாசுக்கூட்டம்.

கோரமான அசரீரி:-

நித்தியம்! நித்தியம்! ஒளியில்லா வாழ்வு நித்தியம்... இரவும் இருட்டும் இங்கே நித்தியம்! மீட்பையும், விடியலையும் இழந்தோம் நித்தியம்..நித்தியம்...ஐயகோ.. நித்தியம்..நித்தியம்..

மெபிஸ்டோ என்ற சாத்தான் வேதனையில் துடிக்கும் ஒரு பெண்ணைக் கொடூரமாக உதைத்துத் தள்ளியபடியே மேடையில் தோன்றுகிறான்...

பெண்:-

ஐயகோ! பிதாவே.. இந்தக் கொடுமைக்கு முடிவே இல்லையா!

மெபிஸ்டோ:-

இல்லை பெண்ணே.. இல்லவே இல்லை.. உன் கொடுமை முடிவைத் தாண்டி, நித்தியத்தின் எல்லையைத் தொட்டுவிட்டது. இனி உனக்கு முடிவில்லா துன்பம்...ஹா ஹா..ஹா..ஹா...

பெண்:-

ஓ சாத்தானே! நான் பூமியில் வாழும்போது உன்னைக் கைவிட மறந்தேன்.. நீயோ என் ஆன்மாவைப் பறித்து வந்து விட்டாய்..

மெபிஸ்டோ:-

ஹா..ஹா.. உங்கள் ஆன்மாக்களைப் பறிப்பது நாங்கள் உதைத்து விளையாடத்தான்.. உங்களை உதைப்பதில் படைத்தவனையே உதைக்கும் உணர்வு எங்களுக்கு.. கடவுள் படைத்த ஒவ்வொரு மனிதனையும் வதைப்பதே எங்கள் விளையாட்டு.

பெண்:-

சீ..அவலட்சணமான சாத்தனே! கடவுளின் சாபம் உன்னை நாசமாக்கட்டும்!

[பால்சிபல் என்ற இன்னொரு சாத்தான் வருகிறான்...]

பால்சிபல்:-

சாபத்தால் உருவான நரகத்திலேயே சாத்தானை சாபமிடும் சபிக்கப்பட்ட சில்லாட்டையே... மனித சாபத்தின்

பிரதிபலிப்பு நீ...பாவச் சேற்றிலே புரண்ட நாற்றமே.... போ அப்பாலே....

[அந்தப் பெண்ணை உதைத்துத் தள்ளுகிறான்] -மெபிஸ்டோவிடம்..

என்ன செய்தி மெபிஸ்டோ.. பூமிக்குப் பயணமான லூசிபர் ஏன் இன்னும் திரும்பவில்லை?

மெபிஸ்டோ:-

லூசிபர்..நரகத்தின் கனிகளை பூமியில் அறுவடை செய்யப் போயிருக்கிறான். அவன் துரோகத்தாலும், மரணத்தாலும் ஒரு இருட்டு பாலத்தை பூமிக்கும் நரகத்துக்கும் இடையே அமைத்து விட்டே இங்கு திரும்பி வருவான். பூமிக்கு ஒளியும் சக்தியும் கொடுக்கும் கதிரவன் அழிக்கப்பட வேண்டும். அழகும் உணர்வும் கொடுக்கும் சந்திரன், மணவாளனை இழந்த மங்கையாக மறைந்து மடிய வேண்டும். வானமும் அதன் விண்மீன்களும் அனாதைகளாகி வாழ்விழக்க வேண்டும்... கடவுளின் அத்தனைப் படைப்புகளையும் அழிப்பது தான் நம் தலைவர் லூசிபரின் திட்டம்..அதற்காகவே சத்தியமில்லாத அத்தனையும் செய்கிறோம்.

பால்சிபுல்:-

ஆங்... . சொல்ல மறந்துவிட்டேன். அந்த ரோமானிய துரோகி புரூட்டஸ், நரகத்தின் மத்திய மண்டபத்தில் ஒரு கூட்டத்தையே சேர்த்து விட்டான். கிரேக்கப் பெண் பாண்டோராவின் பாவம் நிறைந்தப் பெட்டியைத் திறந்து நம் குட்டிப் பிசாசுகளையும், சாத்தான்களையும் தொல்லைப் படுத்துகிறான்.

மெபிஸ்டோ:-

சே..நரகத்தின் நாற்றத்தால் மூக்கடைத்து மூர்ச்சையடைய வைத்திருக்கலாமே, நீ... ஒருநாள், ரோம் நகரத்து சதுக்கத்திலே வைத்து, மார்க் அந்தோனி தன் நாவன்மையால், இந்தத் துரோகியின் நாக்கைப் பிடுங்கி நசுக்கியதை இவன் மறந்து விட்டானா என்ன?

நம் சாத்தான் களை அனுப்பி சக்கரவர்த்தி ஜூலியஸ் சீஸரை தட்டியெழுப்பு. அந்த அழகிய பிசாசு கிளியோபட்ராவிடம் மயங்கி சீரழிந்த நாட்களை நினைத்து, நரகத்தின் நலிந்த வட்டத்திலே நாசமாகிக் கிடக்கிறான் சீஸர். அவனைத் தட்டியெழுப்பி விட்டால் போதும்.

அந்த ரோமானியச் சக்கரவர்த்தியைக் கண்டால் களையிழந்து மயங்கி விடுவான் இந்தத் துரோகி புரூட்டஸ். பத்தாண்டுகள் ஆனாலும் மறுபடியும் எழும்ப மாட்டான்.

பால்சிபுல்:-

ம்..யாரங்கே..

[கைதட்ட, சுக்கான் என்ற ஒரு சாத்தான் தென் படுகிறான்]

உடனே நலிந்த வட்டத்துக்குப் போ.... ரோமானியன் சீஸரை ஆத்திரமூட்டும் வார்த்தைகளால் தட்டியெழுப்பு- அவனது பழைய நண்பன் புரூட்டஸ் உச்சத்திலே இருப்பதாகச் சொல்- மிச்சமுள்ளதை அவன் பார்த்துக் கொள்வான்.. ம்..வேகமாகப் போ...

[ஏதோ வெடித்துச்சிதறியது போல பேரிரைச்சல்.. எங்கும் புகை...மனித உருவங்கள் புகை மண்டலத்துக்கிடையே அங்குமிங்கும் அலங்கோலமாக தூக்கியெறியப் பட......பயங்கரக் கூச்சலோடு சாத்தான்

தலைவன் லூசிபர் தோன்றுகிறான்...கரிய அவனது உருவமும், கூர்மையான நகங்களும், தலையில் உள்ள கொம்புகளும், அனைவரையும் பதற வைக்கின்றன..]

....அசரீரீ.....[பின்னணி குரல்..]

- இதோ வருகிறார் பாதாளத்தின் பிதா!
- இதோ வருகிறார் இருட்டின் இளவரசன்!
- இதோ வருகிறார் அழிவுக்கும், அகாலத்துக்கும் சக்கரவர்த்தி!

மெபிஸ்டோ:-

லூஸிபர்..ஆங்காரத்தின் மொத்த உருவமாக வருகிறார். ஆகாயத்திலே ஆண்டவனோடு நடந்த ஆக்ரோஸ யுத்தத்திற்குப் பிறகு, இவ்வளவு அவேசத்தோடு இந்த அலகைத் தலைவனை நான் பார்த்ததே இல்லை. அப்படியே விழுந்து வணங்கி விடுவோம்... அல்லது நமக்கும் வந்து விடும் அழிவு....

பால்சிபல்:-

அன்று, நரகத்தின் பாதாள ஏரியிலே மின்னலால் கருகி, மயங்கி, மீண்டும் எழுந்த, அதே அலகையை, இன்று பார்க்கிறேன்.... பத்து மடங்கு அதிக சக்தியோடு வருகிறான்.

[லூசிபர் அவர்களை நெருங்க சாஸ்டங்கமாக விழுந்து வணங்குகிறார்கள்..]

லூசிபர்:-

எழுந்திருங்கள்..அக்னியால் உருவான அலகைகளே, எனது கோபம் புழிதியால் படைக்கப் பட்ட பூமியின் மேல் தான்... சேற்றினாலும், களிமண்ணாலும் படைக்கப் பட்ட மனிதர்கள் மேல் தான்... நெருப்பினாலே படைக்கப் பட்ட உங்கள் மீதல்ல....

மெபிஸ்டோ:-

உன் மனதை ஊனப்படுத்தியது என்னவென்று அறியலாமா மாபெரும் இளவரசனே...?

பால்சிபல்:-

என்ன செய்தியை பூமியிலிருந்து கொண்டு வந்திருக்கிறாய் தலைவா?

லூசிபர்:-

நாம் மோட்சத்திலே கடவுளோடு இருந்த காலம் நினைவிருக்கிறதா உங்களுக்கு - கடவுளுக்கு ஒரு படி கீழே.. இரண்டாவது இடத்திலே இருந்தேன்.. நான்.. லூசிபர் என்ற தேவ தூதனாக.. கீர்த்தியோடும் புகழோடும் இருந்தேன்.. ஆனால் இன்று..

அந்த தூதன் கபிரியேல் காலடிகளைக் காலங்களால் கூட எட்டமுடியாத அகால பாதாளத்திலே..சாத்தான் என்ற சபிக்கப் பட்ட ஜீவனாக..நான்.!

மெபிஸ்டோ:-

தலைவா..அன்றைய உனது சக்தியும், பராக்கிரமமும், சர்வேசுரனோடு நீ சரி சமமாக நடந்து வந்த கம்பீரமும் இன்று வரை சகல சாத்தான் களையும் பரவசப் படுத்துகிறது.

பால்சிபல்:-

அன்று..தேவ துரோகிகளுக்கு எதிராக நீ குரல் உயர்த்திய போது, அது மேகங்களுக்கிடையே இடியாக எதிரொலித்தது.. கோபத்திலே நீ கண் திறந்த போது உன் பார்வை மின்னல் கீற்றுகளாக விண்ணிலே வெட்டித் தெறித்தன.

லூசிபர்:-

ஆனால் ... ஆணவம் ... ஆங்காரம் ... தற்பெருமை ... இவை அத்தனையும் என் கண்களை மறைத்தன..ஆண்டவனுக்கு எதிராக கலகம் செய்தேன்..எனக்கு சக்தியும், புத்தியும் கொடுத்த நீங்கள், என் படையும் பலமுமாக இருந்தீர்கள்- கடவுளோ..தன் கீர்த்தியால் கபிரியேல், ர..பேல், மைக்கேல் என்ற அதிதூதர்களின் ஆதரவைப் பெற்றார். என்னிடம் பயிற்சி பெற்று, எனக்கே பணிவிடை செய்த தேவதூதர்கள் தான் அவர்கள். இருந்தாலும் என்னைத் துறந்து அந்த எல்லாம் வல்ல இறைவனோடு ஒன்றாகி விட்டார்கள். அதனால் தான் வானத்து இடிமுழக்கம் மின்னலாக நம்மை வெட்டி வீழ்த்தியது..எரிந்தோம்.. கரிந்தோம்..ஆகாயத்திலே தோற்று, பாதாளத்து இருட்டு ஏரியிலே விழுந்து கிடந்தோம்.. ஆம்.. ஆண்டாண்டுகளாக அந்த அதாள பாதாளத்து இருட்டிலே, எல்லாம் இழந்து, மயங்கி, துவண்டு, அருவருப்பாக மருகி, அவலட்சமான கரும் பசாசுகளாக மாறிப் போனோம்..

மெபிஸ்டோ:-

தாண்டிவந்த தோல்விகளையும், கடந்து போன காலங்களையும் தான், ஆடம்பரமாக நாம் பாதாளத்திலே அமைத்த பாண்டிமோனியம் அரண்மனை மறக்கச் செய்து விட்டதே.. இங்கே வெறுப்பைப் பரப்பும் ஒரு வேதமண்டபம்! துன்பத்தைத் தூண்டில் போட்டு தாலாட்ட ஒரு காமலோகம்! கொடுமைக்கும், வன்மைக்கும் ஒரு அகன்ற வட்டம்! நீராட ஒரு கந்தக நீர்க்கூடம்! வன்முறை வக்ரங்களைத் தீர்க்க ஒரு போர்க்கூடம்! வேறென்ன வேண்டும் நமக்கு?

பால்சிபல்:-

தோல்விகளை நினைப்பது ஏன் துன்மார்க்க தூதனே! அதன் பிறகு நாம் பெற்ற அசுரத்தனமான வெற்றிகளை நினைப்போம்- அன்று ஒரே ஒரு கனியால் நீ சிங்காரத் தோட்டத்திலே வைத்து மனித குலத்தையே வீழ்த்திய வெற்றியால் தானே இன்று கோடான கோடி ஆன்மாக்களை அறுவடை செய்து நம் சாம்ராஜ்யத்தை பெருக்கி விட்டோம்.

லூசிபர்:-

ஆம்...அந்த ஆச்சரியமான வெற்றியை நினைத்தால் ஆனந்தமாகத் தான் இருக்கிறது. நமது அகன்ற வட்டத்திலே 'அல்லேலூயா' பாடி அன்று நாம் நரகத்திலே வெற்றி ஆர்ப்பரிப்பு செய்த போது ஆண்டவனின் மோட்சலோகமே ஆடிப்போனது. ஒரு கனியால் நாம் உருவாக்கிய பாவங்கள் தான் இன்று வரை மனித குலத்தை ஆட்டிப்படைக்கிறது.

அன்று அதிதூதன் ர..பேலை ஏமாற்றி பாம்பு வடிவிலே நான் சிங்காரத் தோட்டத்திலே நுழைந்தேன். விளைவு..ஹா ஹா.. ஆதாமும், ஏவாளும் வெட்கித் தலைகுனிந்தார்கள்.. மனித குலம் ஆண்டவனின் அன்பை இழந்தது, மன அமைதியை இழந்தது. ஆம் சொர்க்க பூமியான சிங்காரத் தோட்டத்தை விட்டுப் பரந்து விரிந்த வறண்ட பூமியில் குடியேறியது. நாம் ஆனந்த மடைந்தோம்.

ஆனாலும், என் வெறுப்புச் சகோதரர்களே, அந்த அழகிய ஏவாள் என்ற முதல் பெண்ணை, ஆடையற்ற அவளது அங்க அசைவுகளின் கவர்ச்சியை, நான் கொடுத்த காதல்கனியை, ஒய்யாரமாய் நடந்து, கொய்யாமல் கொய்து, அவள் ருசித்த அழகை..நினைத்துப் பார்த்தால்.. ஆஹா..பாம்பாக இல்லாமல் நானும் மனிதனாக இருந்து

அவளை சுவைக்க மாட்டோமா என்று ஒரு கணம் ஏங்கினேன்..அந்த அற்புதமான நிமிடங்கள்....

மெபிஸ்டோ:-

ஆஹா...சாத்தான்..உன் கற்பனை களியாட்டத்தையும், காதல் கன்னியையும் சிங்காரத் தோட்டத்திலே விட்டு விட்டு நரகத்துக்கு வா....

லூசிபர்:-

சாத்தான் களே உங்களுக்குத் தெரியுமா? நானும் ஒரு முறை உண்மை பேசினேன்...ஆம்..ஏவாளிடம் மட்டும் உண்மை பேசினேன்- காதல் கனி பற்றிய கனவு மயக்கத்தில், திறந்த உதடுகளோடு நான் காதோரம் சொன்ன ரகசியத்தை சேதாரம் இல்லாமல் கேட்டுக் களித்தாள் அந்த அழகி.. நான் அவளிடம் சொன்னது உண்மை. நான் சொன்ன படியே கனியை சுவைத்தாள்.. சொர்க்கத்தை இழந்தான்- மனிதன்- ஆனால் நான் சொன்ன படியே பகுத்து அறியும் அறிவைப் பெற்றான்- தன்னிலே உள்ள கடவுள் சாயலை உணர்ந்தான்.

பால்சிபல்:-

மனித குல வீழ்ச்சியில், உனது சூழ்ச்சி மட்டுமல்ல, பூமியில் ஒரு நெகிழ்ச்சியான காதல் எழுச்சியே நீ ஏற்படுத்தி வந்திருப்பது இப்போது தான் புரிகிறது.

லூசிபர்:-

ஆம், சாத்தான்களே..நான் பூமியிலே நடத்திய பாலான காதல் நாடகத்தின் விளைவாகத்தான் நமது சாம்ராஜ்யத்தின் முதல் மனிதனைப் பெற்றோம். காயின் என்ற பெயரில் இன்று வரை காழ்ப்புணர்வு படுகொலைக்கு அடையாளமாக இருக்கிறானே அவன் தான் பெண் வயிற்றில் பிறந்த முதல் மனிதன்..நரகத்தின்

முதல் குடிமகன்- அவனது சந்ததிகள் தானே பூமியில் வாழும் அத்தனை மானிடரும் என்று இறுமாந்திருந்தேன். ஆனால் மறுபடியும் ஒரு போருக்கு நாம் தயாராகும் நேரம் வந்து விட்டது.

வான் மண்டலத்திலே நாம் கடவுளோடு நடத்திய போருக்குப் பிறகு, அந்த அழிவானப் தோல்விக்குப் பிறகு, மறுபடியும் தோல்வியால் அவமானப் பட்டு வந்திருக்கிறேன்.. அதுவும் பூமியில்...களிமண்ணால் படைக்கப் பட்ட ஒரு மனிதனிடம்!

மெபிஸ்டோ:-

என்ன! தோல்வியா? அதுவும் ஒரு மனிதனிடமா? நாம் அக்னியால் படைக்கப்பட்ட நித்திய ஜீவிகள், மனிதர்களோ மண்ணால் படைக்கப் பட்ட வெறும் மரண ஜீவிகள்...இது எப்படி நடந்தது?

பால்சிபல்:-

இது நாம் அறுவடை செய்து நரகத்துக்குக் கொண்டுவரும் மனித ஆன்மாக்களை இரட்சிக்க கடவுள் நடத்தும் ஒரு சதியாக இருக்கலாம்.

லூசிபர்:-

இருக்கலாம்...வெறுப்பு, வன்முறை, கொலைவெறி இவற்றால் அமைதியற்று வாழும் மனித குலத்தைக் காப்பாற்ற கடவுள் தன் சதிவேலையைத் தொடங்கி விட்டார் என்றே நினைக்கிறேன். ஆனாலும் அதற்காக அவர் தேர்வு செய்திருக்கும் மனிதன் என்னை ஆச்சரியப் படுத்துகிறான்.. என் சோதனை சதி வலை எல்லாம் கடந்து என்னையே எப்படி அவனால் ஜெயிக்க முடிந்தது? ஆம்.. மூன்று முறை நான் அவனை சோதித்தேன். உலகத்து செல்வங்களைக் காட்டினேன். அவன் மயங்கவில்லை.

அதிகாரம், புகழ் போன்ற போதைகளைக் கொடுத்துப் பார்த்தேன்..அதைத்தாண்டி தலை நிமிர்ந்து நின்றான். வேதத்திலே எழுதப் பட்டிருப்பதை எடுத்துக் காட்டி அவனை மட்டம் தட்டப் பார்த்தேன்- அதே வேதத்தை சுட்டிக் காட்டி என்னை மடக்கி அனுப்பி விட்டான் அந்த இறை மகன்.

என் தற்பெருமை தள்ளாடிப் போனது - என் ஆணவம் அடங்கிப் போனது - என் ஆங்காரம் முடங்கிப் போனது - அதனால் தான் நான் மடங்கி வந்து விட்டேன்.

மெபிஸ்டோ:-

லூசிபர்..நாம் பெற்றிருக்கும் தீமைகள் ஆணவம், ஆங்காரம், தற்பெருமை மட்டுமா?.. சூழ்ச்சிவலை விரித்து ஏமாற்றும் மாற்று வேலையை நாம் செய்தால், இந்த மனிதனை என்ன, அந்த ஆண்டவனையே தோல்வியால் தலை குனிய வைக்க நம்மால் முடியும்..அதைத்தானே சிங்காரத் தோட்டத்திலே நீ அரங்கேற்றினாய். அதே ஏமாற்று வேலை தான் மறுபடியும் நமக்கு வெற்றியைத் தரும்.

பால்சிபல்:-

ஆம்.. சூழ்ச்சி, துரோகம் இவைகளை இனிய வார்த்தைகளில் குழைந்து செயல்பட்டால் உண்மையும் நன்மையும் நமக்கு ஈடு கொடுக்க முடியாது...அடுத்துக் கெடுக்கும் துரோகத்தால் நாம் அந்த மனிதனை அடுத்தால் அவனை அனுப்பிய தெய்வத்துக்கே அவனை உடனே இரட்சிக்க முடியாது.

லூசிபர்:-

உன் வார்த்தைகள் என் காதுகளில் இனிமையாக ரீங்காரமிடுகிறது...ஆம்..சூழ்ச்சி..துரோகம்..இவற்றால் நான்

யெருசலேம் தேவாலயத்தையே ஆட்சி செய்ய முடியும். சூழ்ச்சியால் அந்த இறைமகனை ஒரு பணியாளனாக, ஒரு சீடனாக அடுக்க முடியும்.. அவனோடு உரையாடவும், உண்ணவும் முடியும்..ஒருவேளை, தன்னோடு சாத்தான் இருப்பதை அவன் உணர்ந்து கொள்ளலாம்..ஆனால்.. அதற்கு முன்பே நான் ஏற்படுத்தும் அழிவுகள், அவனது மீட்புப் பணியை மழுங்கச் செய்யும்.

அவன் அன்பையும் அமைதியையும் போதிக்கலாம்... நம்பிக்கையையும், மீட்பையும் வாக்களிக்கலாம்...ஆனால் நான் உலக சுகத்தையும், பணக்கார ஆடம்பரத்தையும் கவர்ச்சியோடு கொடுப்பேன்.. மனித குலத்தையே அழித்தொழிப்பேன்.

அவன் உலகைத் தாண்டிய உண்மைகளைச் சொல்வான்..நானோ உலகம் தழுவிய போதைகளில் மனிதனை வீழ்த்துவேன்..

ஆம்..இப்போதே நான் பூமிக்குப் போகிறேன்... நிப்பாட்டஸ் மலைகளைத் தாண்டிக் குதித்து, மெடிட்டரேனியன் கடலைக் கடந்து, கலிலேயா ஏரிக்கரையில் கர்த்தரின் சீடனாக மறு உருவம் அடைவேன். இடையனை வணங்கும் ஒரு ஆட்டுக் குட்டியாக அடையாளம் பெறுவேன். விடை பெறுகிறேன் என் வெறுப்பு வீரர்களே!

நல்ல செய்தியோடு மறுபடியும் வருகிறேன்.

நம் கொடுமை சாம்ராஜ்யத்துக்கு கோடானு கோடி மனித ஆன்மாக்களைக் கொண்டு வருகிறேன்..

லூசிபர் வெளியேற...

திரை

காட்சி - 2

இடம்:- யெருசலேம் தேவாலயம்

பாத்திரங்கள்:- அன்னாஸ், கைப்பாஸ், ஜோசையா, அரிமத்தையா ஜோசப், நிக்கோதேமு, பரிசேயர்கள், மூப்பர்கள், சதுசேயர்கள், வேதவல்லுநர்கள், ஆலயகாவலர்கள், அதிகரிகள், மக்கள்-

காட்சி அமைப்பு:-

மோயிசன் சட்டப்படி யூதமதத்தின் ஆலய உச்சநிர்வாக கவுன்சில் யெருசலேம் தேவாலய தலைமைக் குருவைத் தேர்வு செய்ய கூடியிருக்கிறார்கள்-

ஜோசையா என்ற மூப்பர் எழுந்து பேசத் தொடங்குகிறார்....

ஜோசையா:-

நமது மாபெரும் தந்தை அபிரகாம், அவரது வழித் தோன்றல்கள் ஈசாக், யாக்கோபு குலத்தில் பிறந்த இஸ்ரயேலிய பிரமுகர்களே...

மோயிசன் சட்டம் நம்மை வழிநடத்திக் காக்கிறது- அவரது சட்டமே நமது சமுதாயத்தின் அறிவுரைக் களஞ்சியமாகவும், அரணாகவும் உள்ளது. முந்தைய காலத்தில் நமது தேவன் மோயிசன் வழியாகப் பேசினார், ஆனால் இப்போது அவர் வகுத்த சட்டங்கள் வழியாகப் பேசுகிறார்.

நமது பெரிய குருக்கள் ஆரோன் மற்றும் லேவியின் பாரம்பரியத்தில் வந்தவர்கள். நமது தலைமைக் குருவைத் தேர்ந்தெடுக்கும் வழிமுறைகள் கால காலமாக மோயிசன் வகுத்த சட்ட மரபுகள் படியே நடக்கின்றன. இங்கே தெரிவு செய்யப் படும் தலைமைக்குரு, ஆலய பலி பீடத்தில் பாவப்பரிகாரப் பலியும், தியாகப் பலியும் மட்டும் செலுத்தும் குருவல்ல. ஆலய நிர்வாகம் தொடர்பாக சட்டங்களை இயற்றவும், பராமரிக்கவும், செயல்படுத்தவும் அதிகாரம் படைத்தவர். அவரே இந்த யெருசலேம் தேவாலயத்தை நிர்வாகம் செய்கிறார்.

நமது பேராலயம் மாமன்னன் தாவீதால் திட்டமிடப் பட்டு, பேரரசன் சாலமனால் கட்டி முடிக்கப் பட்டது. இது பூமியில் இறைவன் வாழும் உறைவிடம். நமது வாழும் இறைவனைப் போல வேறு எந்த மக்களுக்கும் தெய்வமில்லை. நமது ஆலயத்தைப் போல வேறு எங்கும் ஆலயமில்லை. நமது பாரம்பரியத்தைப் போல வேறு யாருக்கும் பாரம்பரியமில்லை. நமது ஆலய நிர்வாகக் குழு மூன்று அடுக்குகளாக அமைந்துள்ளது. யூத குலத்தின் பன்னிரண்டு கோத்திரங்களின் பிரதிநிதிகள் இதில் அங்கம் வகிக்கிறார்கள். சட்ட ஆசிரியர்கள், மூப்பர்கள் மற்றும் பெரிய குருக்கள் இதன் சக்தி வாய்ந்த அங்கங்கள். அவர்கள்...

[ஒரு இளைஞன் எழுந்து குறுக்கிடுகிறான்....]

இளைஞன்:-

ஒரு கணம் நான் சொல்வதைக் கேளுங்கள் பெரியோர்களே. தேசபக்தர்களுக்கும், இளைஞர்களுக்கும் நிர்வாகக் குழுவில் இடம் கொடுங்கள். ரோமை ஆதிக்கத்திலிருந்து விடுதலை பெற நாங்கள் போராடுவோம்.

அன்னாஸ்:-

அமைதியாக இரு இளையவனே! இது வாழுகின்ற தெய்வத்தின் கூடாரம். இங்கே கடவுளைப் பற்றியும், அவரது சட்டங்கள் பற்றியும் பேசலாம். ரோமாபுரி பேரரசு பற்றி பேச வேண்டாம். நமக்கு மத சுதந்திரம் இருக்கிறது. நம்மிடமே நம் ஆலயம் இருக்கிறது. அரசியல் பேச இது இடமல்ல..நினைவிருக்கட்டும்.

இளைஞன்:-

ஆனால் நமக்கு அதிகாரம் எதுவும் இல்லையே.. நீங்கள் மக்களின் விடுதலை வேட்கையை அமுக்கப் பார்க்கிறீர்கள், அதனால்தான் மாற்றம் தேடி மக்கள் வனாந்தரத்தில் யோவானையும், நாசரேத்து யேசுவையும் நாடிச் செல்கிறார்கள்.

அன்னாஸ்:-

ஏன்....பரபாஸையும் நாடிச் செல்லலாமே நீங்கள்.... அவனும் உங்களில் ஒருவன் தானே- ரோமாபுரிக்கு எதிராக கலகமும், கலவரமும் செய்து அவனைப் போல் கொலைகாரனாக சிறைச்சாலை செல்லவா நினைக்கிறீர்கள்?

[இளைஞர்கள் சப்தம் போடுகிறார்கள்....

இளைஞர்கள்:-

பரபாஸ் கொலைகாரனல்ல ... ஒரு புரட்சியாளன்... விடுதலைப் போராளி...

அன்னாஸ்:-

அமைதி..அமைதி... இளைஞர்களே....இது யூத குலத்து யெருசலேம் தேவாலய கவுன்சில் கூட்டம். தலைமைக் குருவைத் தேர்வு செய்ய சட்ட வரைமுறைப்படி

நடந்து கொண்டிருக்கிறது- இங்கே கலகம் செய்தால், யாராக இருந்தாலும் ஆலாயத்தை விட்டு மட்டுமல்ல, யூத குலத்தை விட்டே விலக்கப் படுவீர்கள் என்று எச்சரிக்கிறேன்....மூப்பர் ஜோசையா நீங்கள் தொடருங்கள்...

ஜோசையா:-

எனவே..நமது பாரம்பரிய மரபுப்படி நாம் யூத குலத்துக் கோத்திரத்துக்கு ஒருவராக பன்னிரண்டு பிரதிநிதிகளைத் தேர்வு செய்துள்ளோம். பாண்டித்துவமும் அனுபவமும் உள்ள நிக்கோதேமு போன்ற வேத வல்லுநர்கள், தெய்வீகமும் ஞானமும் உள்ள அன்னாஸ் போன்ற பெரிய குருக்கள், மற்றும் மூப்பர்களும் இதில் அடங்குவர். இவர்களில் ஒருவரைத் தலைமைக்குருவாகத் தேர்வு செய்யும் நேரமிது...

இந்தத் தேர்வினை நடத்தித் தர கவுன்சில் உறுப்பினர்களில் முதியவரும் நல்லவருமான அரிமத்தையா ஜோசப் அவர்களை அழைக்கிறேன்.

[அரிமத்தையா ஜோசப் எழுந்து பேசுகிறார்.....]

ஜோசப்:-

யூத குலத்துப் பெரியோர்களே...தெய்வத்தின் மறுபதிப்பான மோயீசன், தலைமைக் குருவைத் தேர்ந்தெடுக்க வகுத்துத் தந்துள்ள சட்ட முறைப்படி, இப்போது தகுதியான பெரிய குருக்கள் பலரின் பெயர்கள் எழுதப்பட்ட திருவுளச் சீட்டில் ஒன்றை கடவுள் பெயரால் எடுக்கிறேன்.

[ஒரு பெட்டியிலிருந்து சீட்டு ஒன்றை எடுத்துப் பிரிக்கிறார்..] வாழுகின்ற நம் கடவுளின் பெயரால், இந்த வருடம் தலைமைக் குருவாக ஜோசப் கைப்பாஸ் தேர்ந்தெடுக்கப் பட்டுள்ளார். நம் யூத குலத்தை

ஞானத்தோடு நடத்திச் செல்லும் வல்லமையை இறைவன் அவருக்கு வழங்கட்டும்...

[புதிய தலைமைக்குரு கைப்பாஸை ஒவ்வொருவரும் யூத முறைப்படி முத்தம் கொடுத்து பாராட்டுகிறார்கள்- கைப்பாஸ் தலைமைக்குரு ஆசனத்தில் அமர்ந்து பேசுகிறார்......]

கைப்பாஸ்:-

வாழுகின்ற நம் கடவுளுக்கு நன்றி- அந்தக் கடவுள் மீது முழு நம்பிக்கை வைத்து இந்தப் பதவியை ஏற்றுக் கொள்கிறேன். நமது யூத குலத்துப் பாரம்பரியத்தையும், நமது மரபுகளின் உன்னதத்தையும் உயிர் உள்ளவரை உறுதியாகக் காப்பேன் என்று சபதமேற்கிறேன்.

நமது பழமையான தேவாலயத்துக்கும், வாழுகின்ற நம் தெய்வத்துக்கும், நம் யூத குலத்துக்கும் நம்மை நாமே மறு அர்ப்பணம் செய்வோம்- நமது மரபு, நமது பாரம்பரியம், நமது கலாச்சாரம், நமது யூத மதம் அனைத்தும் நம் உயிரைக் கொடுத்தாவது பாதுகாக்கப் பட வேண்டிய உன்னதமானவை - மோயிசனின் சட்டமே நம்மை வழி நடத்தும் கலங்கரை விளக்காக இருக்கட்டும். அவரது சட்டத்தை மீறுபவன் எவனாக இருந்தாலும் தெய்வம் அவனை சபிக்கட்டும் -

அப்படிபட்டவர்களை, நம் குலத்தை விட்டே நீக்கவும், நம் ஆலய நடப்புகளிலிருந்து நீக்கி வைக்கவும், தேவைப் பட்டால் கல்லெறிந்து கொன்று அழிக்கவும், தெய்வத்தின் பெயரால் உறுதி எடுத்துக் கொள்வோம்.

[ஆலய காவலர் ஒருவர் ஓடி வந்து......

காவலர்:

தலைமைக்குருவே..... மதலேன் ஊரிலிருந்து விபச்சாரத்தில் பிடிபட்ட ஒரு பெண்ணை, மக்கள் இழுத்து வந்துள்ளார்கள். மோயிசன் சட்டப்படி அவளைக் கல்லெறிந்து கொல்ல ஆசைப் படுகிறார்கள்.

கைப்பாஸ்:-

அவளைக் கல்லெறிந்து கொல்லட்டும், அதுதான் மோயிசன் சட்டம். அது தெய்வீகமானது. எந்த நிலையிலும் மோயிசன் வகுத்த சட்டத்திலிருந்து நாம் விலகிச் செல்லக் கூடாது. நமது மூப்பர்களில் ஒருவரும், சட்ட வல்லுநரும் மக்களோடு சேர்ந்து நகரத்து சதுக்கத்திலே வைத்து அந்தப் பெண்ணைக் கல்லெறிந்து கொல்லட்டும்....

[மூப்பர் ஜோசையா மற்றும் சில வேத ஆசிரியர்கள் வெளியே செல்கிறார்கள்....]

அன்னாஸ்:-

இத்தோடு கூட்டம் முடிவடைகிறது......நாம் உடனடியாக யூதேயா கவர்னர் பிலாத்துவின் அங்கீகாரத்தைப் பெற வேண்டும். தலைமைக் குரு தேர்வு பற்றி கலிலேயா அரசன் ஏரோதுவுக்கும் தெரிவிக்க வேண்டும். ம்.. வாருங்கள் கவர்னர் பிலாத்துவின் அரண்மனைக்கு உடனே செல்வோம்...

[ஒவ்வொருவரும் கலைந்து செல்லத் தொடங்கும்போது ஒரு இளைஞன் பேசுகிறான்].

இளைஞன்:-

மதிப்புமிகு தலைமைக் குருவே....ரோமை சாம்ராஜ்ய பிரதிநிதியான கவர்னர் பிலாத்துவிடம் நீங்கள் ஏன்

அங்கீகாரம் பெற வேண்டும்? ஏன் ரோமை அதிகாரிகளின் காலடியில் விழுந்து, வணங்கி, உங்களைத் தரம் தாழ்த்துகிறீர்கள்? நமது பாரம்பரியம் அவர்களது பாரம்பரியத்தை விட உயர்ந்த்து தானே...பிறகு ஏன்....

அன்னாஸ்:-

இளைஞனே....விவேகமில்லாமல் பேசாதே...மோயிசன் சட்டத்தை மட்டுமல்ல, இன்றைய அரசியல் நிலைமையும் உனக்குத் தெரிய வேண்டும். நாம் யாருக்கும் அடி பணியவில்லை... புத்திசாலித்தனமாக செயல் படுகிறோம். நமக்கு அரசியல் அதிகாரமோ, சுதந்திரமோ இல்லை... நம்மை ஆளும் சீஸர் நமக்கு மத சுதந்திரம் மட்டுமே தந்துள்ளார். அதையும் ரோமை சாம்ராஜ்யம் எப்போது வேண்டுமானாலும் ரத்து செய்யும் ஆபத்து இருக்கிறது... நினைவிருக்கட்டும்... யுத்த களத்தின் வெற்றிக்கு வீரம் மட்டுமல்ல, புத்திக் கூர்மையும் தேவை. உயிரைத் துச்சமெனக் கருதும் உங்கள் மிருகத் துணிச்சலும், வன்முறையும் சில தற்காலிக வெற்றிகளைத் தரலாம்.. ஆனால், நிரந்தர விரோதிகளைத் தந்துவிடும் மறக்காதே!

நாம் ஒளியின் மக்கள்...மோயிசன் சட்டமே நமக்கு வழிகாட்டி....நமது கடவுளுக்காகவே நாம் வாழ்கிறோம்.... கடவுளுக்காக மரணத்தைத் தழுவுவோம்..தேவைப்பட்டால் கடவுளுக்காக மனிதர்களைக் கொன்று அழிப்போம்...

[எல்லோரும் வெளியேற.....

திரை

காட்சி - 3

இடம்:- யெருசலேம் தேவாலய வளாகம்

பாத்திரங்கள்:-

நாசரேத் யேசு, அவரது சீடர்கள், மூப்பர் ஜோசையா, சட்ட வல்லுநர்கள், மதலேன் மேரி, மற்றும் சில மக்கள்

காட்சி அமைப்பு:-

விபசாரத்தில் பிடிபட்ட மதலேன் மரியாளை மக்கள் இழுத்து வருகிறார்கள். மூப்பர் ஜோசையாவும் சில சட்ட வல்லுநர்களும் அங்கு வர..ஒருவன் மூப்பரிடம் பேசுகிறான்....

ஒருவன்:-

மூப்பரே...இந்தப் பெண்ணை முன்பு ஏழு பேய்கள் பிடித்திருந்தது...நாசரேத்து யேசு தான் இவளை குணமாக்கியதாக மக்கள் சொல்கிறார்கள்.

ஜோசையா:-

அது உண்மையாக இருக்காது.... அவள் பெத்தேனி ஊரைச் சேர்ந்தவள் என்றுதான் சொன்னார்கள்- இவளோ மதலேன் ஊரைச் சேர்ந்தவள். மட்டுமல்ல, அந்த யேசு இப்போதெல்லம் யெருசலேம் பக்கம் வருவதில்லை...

சட்ட ஆசிரியர்:-

இல்லை மூப்பரே... நான் இன்று யேசுவை யெருசலேம் ஆலய வளாகத்திலே பார்த்தேன்..

ஜோசையா:-

அப்படியா... ம்..அதுவும் நல்லதுதான்.. அந்த நாசரேத் யேசுவை களங்கப் படுத்த இந்தப் பிரச்னையே போதும்.. நாம் இந்தப் பெண்ணை நாசரேத் யேசுவிடம் கொண்டு போவோம். விபசாரத்தில் பிடிபட்ட இவளைக் கல்லெறிந்து கொல்வது பற்றி அவரிடமே கேட்போம். கொல்லக்கூடாது என்று அவர் சொன்னால், மோயிசன் சட்டத்தை மீறினார் என்ற குற்றச்சாட்டுக்கு ஆளாகி விடுவார். கொல்லுங்கள்.. என்று சொன்னால் அவரிடம் புதிய கருத்துக்கள் இல்லை என்பது மக்களுக்குப் புரிந்து விடும்.

சட்ட ஆசிரியர்:-

அருமையான யோசனை. புத்திப் பூர்வமான ஒரு கிடுக்கிப் பிடியில் சிக்கப் போகிறான் அந்த மனிதன். இதனால், மக்கள் மத்தியில் அவனது புகழ் மங்கி விடும். அருமையான சட்ட சதுரங்கம்.

மக்களில் ஒருவன்:

அதோ பாருங்கள்...யேசு சிலரோடு அமர்ந்திருக்கிறார்.

ஜோசையா:

நல்லது..ம்ம்...மக்களை நம்மோடு வரச்சொல்லுங்கள்.

[கூட்டம் யேசு இருக்கும் இடம் நோக்கி நகர, யேசு மணலில் அமர்ந்து சீடர்களுக்குப் போதித்துக் கொண்டிருக்கிறார்]

யேசு:

நண்பர்கள் மேல் அன்பையும், பகைவர்கள் மேல் வெறுப்பையும் கொண்டிருங்கள் என்று சொல்லக் கேட்டிருக்கிறீர்கள். ஆனால் நான் உங்களுக்குச் சொல்கிறேன். பகைவர்களை அன்பு செய்யுங்கள். உங்களை அவமானப் படுத்துகிறவர்களுக்காக ஜெபியுங்கள். மற்றவர்கள் உங்களுக்கு எதைச் செய்ய வேண்டும் என்று விரும்புகிறீர்களோ, அதையே அவர்களுக்கு நீங்கள் செய்யுங்கள். 'விபச்சாரம் செய்யாதே' என்று சொல்லப்பட்டிருக்கிறது, ஆனால் நான் உங்களுக்குச் சொல்கிறேன்...ஒருவன் ஒரு பெண்ணைப் பார்த்து அவள் மேல் இச்சை கொண்டால், அவன் மனதளவில் அவளோடு விபச்சாரம் செய்த குற்றத்துக்கு ஆளாகிறான். எவனொருவன் பிரமாணிக்கமாக இல்லை என்பதைத் தவிர வேறு காரணத்துக்காகத் தன் மனைவியை விவாக ரத்து செய்கிறானோ, அவன் அவளை விபச்சாரம் செய்ய வைக்கிறான். அவள் இன்னொருவனைத் திருமணம் செய்தால், அவளை மறுமணம் செய்தவனும் விபச்சாரத்துக்கு ஆளாகிறான்.

[கூட்டம் யேசுவிடம் வர, ஒரு சட்ட ஆசிரியர் யேசுவிடம் பேசுகிறார்]

ஆசிரியர்:

குருவே, இந்தப் பெண் விபச்சாரத்தில் கையும் களவுமாக பிடிபட்டிருக்கிறாள். மோயிசன் சட்டப்படி இவள் கல்லெறிந்து கொல்லப்பட வேண்டியவள். இதுபற்றி நீர் என்ன சொல்கிறீர்?

[யேசு பதில் சொல்லாமல் குனிந்து தன் விரலால் மணலில் ஏதோ எழுதிக் கொண்டிருக்கிறார்]

ஜேசையா:

போதகரே...ஏன் மௌனம்..உமது கருத்தைச் சொல்லும். இவளைக் கல்லெறிந்து கொல்ல வேண்டுமா, வேண்டாமா?

யேசு:

உங்களில் பாவம் செய்யாதவர் யாரோ, அவர் இவள் மேல் முதல் கல்லை எறியட்டும்.

{யேசு குனிந்து மறுபடியும் மணலில் எழுதுகிறார்}

ஜேசையா:

ஏன்? நானே முதல் கல்லை எடுக்கிறேன்....நான் பாவம் எதுவும்...

{யேசு மணலில் எழுதுவதைப் பார்த்து...}

[பின் குரல்] ஆயிசா...என்ன இது? நான் ரகசியத்தொடர்பு வைத்திருக்கும் பெண்ணின் பெயர் இவருக்கு எப்படித் தெரிந்தது?! என் பாவத்தைப் பகிரங்கப் படுத்தி என்னை இந்தக் கூட்டத்தில் அவமானப் படுத்தி விடுவாரோ? சே.. மானம் போய் விடுமே...

{கல்லைக் கீழே போட்டுவிட்டு மெதுவாக அவ்விடம் விட்டு நகருகிறார்}

ஆசிரியர்:

மூப்பரே..நில்லும். ஜேசையா, எங்கே போகிறீர்? நீர் போனால் என்ன, நான் கல்லெறியப் போகிறேன்.

{யேசு மணலில் எழுதுவதைப் பார்த்து}

[பின் குரல்] ரிபையா..ஐயோ..என் ரகசியம் அம்பலமாகிவிடும் போலிருக்கிறதே! பெரிய தலைகுனிவு வந்து விடுமே?! சே...

[கல்லைக் கீழே போட்டுவிட்டு நகர்ந்து செல்கிறார்]

[இப்படியே ஒவ்வொருவரும் நகர்ந்து செல்ல மதலேன் மரியா மட்டும் தனியே நின்று கொண்டிருக்கிறாள்]

யேசு:-

எங்கே அவர்கள்? பெண்ணே, உன் மேல் கல்லெறிய யாருமே இல்லையா?

மரியா:-

[அச்சத்தில் நடுங்கிக் கொண்டே]

இல்லை போதகரே.

யேசு:-

நல்லது. நானும் உன்னைத் தண்டனைத் தீர்ப்புக்கு உள்ளாக்க வில்லை. பயப் படாதே. அமைதியாகப் போ. இனிமேல் பாவம் செய்யாதே.

[யேசு தன் சீடர்களோடு நகர்ந்து செல்ல, யூதாஸ் மரியாவிடம் பேசுகிறான்]

யூதாஸ்:-

பெண்ணே, நீ எங்கிருந்து வருகிறாய்?

மரியா:

துறைமுகப் பட்டணமான மதலேன் என் சொந்த ஊர்:

யூதாஸ்:-

சரி, ஜெபக்கூடத்துக்கு சென்று, பாவப் பரிகாரம் செலுத்து.

மரியா:-

ஜெபக் கூடத்திலிருந்து என்னை விலக்கி வைத்துள்ளார்கள். என் காணிக்கையை ஏற்றுக் கொள்ள மாட்டார்கள். ஐயா..

நீங்கள் மனது வைத்தால் என் பணம், சொத்துக்கள் அனைத்தையும் எனக்கு உயிர்ப் பிச்சை கொடுத்த உங்கள் போதகருக்கேக் கொடுக்கத் தயாராக இருக்கிறேன்.

யூதாஸ்:-

பெண்ணே, என் போதகரை நீ தவறாகப் புரிந்து கொண்டிருக்கிறாய். அவர் யாரிடமும் பணம் வாங்குவதில்லை. அவருக்குத் தேவைகள் மிக மிகக் குறைவு. நான் தான் அவரது பணப்பையை வைத்துள்ளேன். எங்களுக்கு உன் பணம் தேவையில்லை. போ... உன் பணத்தை வறுமையில் வாடும் ஏழைகளுக்குக் கொடு.

மரியா:-

ஐயா...நான் யூத சமுதாயத்திலிருந்து விலக்கப் பட்டவள். எனவே, ஏழைகள் கூட என்னிடமிருந்து எதுவும் தானமாக வாங்க மாட்டார்கள்.

யூதாஸ்:-

பாவப் பரிகாரம் செய்யக் கூட சட்டத்தில் இடமில்லையென்றால், ஒன்று செய்.. உன் பணத்தை என்னிடம் கொடு. நானே அதை ஏழைகளுக்குக் கொடுக்கிறேன்.

மரியா:-

நன்றி ஐயா..நன்றி...

[மண்டியிட்டு] எனக்கு உயிர் பிச்சை அளித்த போதகரே என் இரட்சகர். என் பாவங்களை விட்டு விலகி, அவரையே என் குருவாக ஏற்கிறேன். அவருக்குப் பணிவிடை செய்வது ஒன்றே இனி என் வாழ்வாக இருக்கும்.

திரை

காட்சி- 4

இடம்:- கலிலேயாவில் ஒரு சாலை

பாத்திரங்கள்:- ஏரோது அரசன், அலுவலர்கள், ராணுவத்தளபதிகள், உயர்குடி மக்கள், படை வீரர்கள், மற்றும் பலர்

[தன் பரிவாரங்களோடு வந்து கொண்டிருக்க, மக்கள் கூட்டம் கூட்டமாக நோயாளிகளையும், முடவர்களையும் தூக்கி கொண்டு எங்கோ செல்வதைப் பார்க்கிறான் ஏரோது அரசன்]

ஏரோது:-

தளபதியே, இந்த மக்கள் இவ்வளவு அவசரமாக எங்கே போகிறார்கள்? நோயாளிகள், முடவர்களையும் கொண்டு போகிறார்களே! என்ன காரணம்?

தளபதி:-

மக்களின் உற்சாகத்தையும் குதூகலத்தையும் பார்த்தால் ஏதோ யூத மதப் பண்டிகை போல் தெரிகிறது.

ஒரு அலுவலர்:-

இப்போது யூத மதப் பண்டிகை எதுவும் கிடையாது. பூரிம் பண்டிகை முடிந்து விட்டது. கூடாரப் பண்டிகை அடுத்த மாதம் தான் நடக்கும். பாஸ்கா பண்டிகைக்கு இன்னும் நாட்கள் இருக்கிறது. அறுவடை முடிந்ததும்.....

ஏரோது:-

யூத குலத்து பாரம்பரிய பண்டிகை பற்றிய பட்டியலைக் கேட்க வில்லை நான். அதையெல்லாம் தெரிந்து கொள்ள நான் யூத குல வாரிசா என்ன? இந்த மக்கள் கூட்டம் கூட்டமாக எங்கே போகிறார்கள் என்பதை மட்டும் தெரிந்தால் சொல்லுங்கள்.

ஒரு உயர் குடிமகன்:-

இவர்கள் நாசரேத் யேசுவைப் பார்க்க கபர்நாம் என்ற ஊருக்குப் போகிறார்கள். அவர் நோயாளிகளைக் குணமாக்குகிறார், பேய்களை விரட்டுகிறார், முடவர்களை நடக்க வைக்கிறார், என்கிறார்கள். அவரது புதுமைகளால் ஊமைகள் வாய்திறந்து பேசுகிறார்கள், செவிடர்கள் குணமடைந்து செவி மடுத்துக் கேட்கிறார்கள், குருடர்கள் கண் திறந்து பார்க்கிறார்கள்...

ஏரோது:-

அப்படியானால், இந்த யேசு திரு முழுக்கு யோவானை விட புகழ் பெற்றவரா அல்லது யூத குலத்தில் புதிதாகத் தோன்றிய இறைவாக்கினரா?

உயர்குடி மகன்:-

இவர் ஒரு இறைவாக்கினர் தான் என்று மக்கள் சொல்கிறார்கள். அந்தக் காலத்து எலிசாவே மறுபடியும் உயிர் பெற்று வந்திருப்பதாக சிலர் சொல்கிறார்கள். இவர் இறந்து போனவர்களைக் கூட உயிரோடு எழுப்பியிருக்கிறார். எனவே இவர் எங்கு சென்றாலும் மக்கள் கூட்டம் இவரைப் பின் தொடர்கிறது

ஏரோது:-

அப்படியானால்... இவர் எலிசா அல்ல...இவர் திருமுழுக்கு யோவானாகத்தான் இருக்க வேண்டும். ஆனால்... ஆனால்...நான் தானே யோவானின் தலையை வெட்டச் செய்தேன். அவர் எப்படி மறுபடியும் உயிரோடு வந்தார்? எனக்கு ஒரே குழப்பமாக இருக்கிறது. யோவானைத்தவிர வேறு யாராலும் இவ்வளவு புதுமைகள் செய்ய முடியாது. இவரது சீடர்களை உங்களுக்குத் தெரியுமா?

உயர்குடி மகன்:-

அரசே, பெயர் சொல்லும் சீடர்கள் யாரும் இவரோடு இல்லை. கலகமும் புரட்சியும் செய்து சமூகத்தால் ஒதுக்கப் பட்டவர்கள், ஏழை மீனவர்கள், வரிதண்டுவோர், விலைமாதர்கள் என்று பலரைத் தன் சீடர்களாக வைத்துள்ளார். கலிலேயா மட்டுமின்றி, யூதேயாவைச் சேர்ந்த சிலரும் இவரோடு உள்ளனர். நமது அரண்மனை அதிகாரி சூசாவின் மனைவி ஜோனாவும் இவரது சீடர்களில் ஒருவர்.

ஏரோது:-

அப்படியானால், எல்லா தரப்பு மக்கள் மனதிலும் இவர் இடம் பிடித்துள்ளார். சமூக அந்தஸ்துகளைக் கடந்த இவரது தலைமைத்துவம் நமக்கு ஆச்சரியமளிக்கிறது. அவர் புதுமைகள் செய்வதை நான் நேரில் பார்க்க வேண்டும். தளபதியே முடிந்தால், அதற்கான ஏற்பாடுகளைச் செய்யுங்கள்.

தளபதி:-

அரசே, அவர் பரிசேயர்கள் மற்றும் சதுசேயர்களோடு இணக்கமாக இருப்பதாகத் தெரியவில்லை. யூத குல மூப்பர்களோடும் குருக்களோடும் இவர் அடிக்கடி

வாக்குவாதம் செய்து சர்ச்சை ஏற்படுத்துவதாகச் சொல்கிறார்கள்.

ஏரோது:-

அதுபற்றி எமக்குக் கவலையில்லை. யூத குலத்துக் கோத்திரங்கள் செல்லரித்திப் போன புராதன காலத்து சூத்திரங்களுக்கு ஆரத்தி எடுக்கும் ஓரகத்திகள். நீங்கள் சொல்லும் பெரிய குக்களும், மூப்பர்களும் ஆசிரியர்களும் திருமுழுக்கு யோவானையும் எதிர்க்கத் தான் செய்தார்கள். ஆனால், சக்தியிலும் புகழிலும் தன் தலைமைத்துவத்தை யோவான் உணர்த்தினார். இருந்தாலும், அவரே மறுபடியும் வந்து விட்டாரோ என்று தான் நான் சந்தேகிக்கிறேன். எப்படியாவது நான் அவரை சந்திக்க ஏற்பாடு செய்யுங்கள்.

{தன் பரிவாரங்களோடு கடந்து செல்கிறான் ஏரோது அரசன்}

குடிமகன்:-

{இன்னொருவனிடம்}

தோழனே, இந்த யேசுவும் யோவானைப் போல புகழ் பெற்று வருகிறார். இது நம் யூத குல கோத்திரத்துக்கு நிச்சயமாக ஆபத்து தான்.

திரை

காட்சி- 5

இடம்:- பிலாத்துவின் அரண்மனை

பாத்திரங்கள்:- யூதேயா கவர்னர் பிலாத்து, நூற்றுவர் தலைவன் கொரியாலனஸ், ஃபிளேவியஸ், அதிகாரிகள், படைதலைவர்கள், காவலர்கள் மற்றும் பணியாளர்கள்.

{கவர்னர் பிலாத்து, ரோமைப் பேரரசன் தைபீரியஸ் சீஸர் அனுப்பிய ஒரு ஏட்டுச் சுருளை வாசித்துக் கொண்டே..}

பிலாத்து:-

அலுவலரே, யூத குலத்து புதிய தலைமைக்குரு கைப்பாஸ் பற்றி சீஸர் விசாரித்திருக்கிறார். சிரியாவின் கவர்னர் கைப்பாஸ் பற்றிய தன் அதிருப்தியை, ஏற்கனவே தெரிவித்துள்ளார். நானும் என் அறிக்கையை ரோமுக்கு உடனே அனுப்ப வேண்டும். காலம் தாழ்த்த முடியாது. சிறிய கலகங்கள் நடந்தால் கூட எனக்குத் உடனடியாகத் தெரிவிக்க வேண்டும். ம்ம்..யாரங்கே, கூப்பிடு பிளேவியஸை..

[காவலர் வருகை]

காவலர்:-

ரோமைப் பேரரசு வாழ்க!

பிரபு, நூற்றுவர் தலைவர் கொரியலனஸ் உங்களைக்காண காத்திருக்கிறார்.

பிலாத்து:-

அவரை வரச் சொல்.

[நூற்றுவர் தலைவர் வருகை]

கொரிய:-

ரோமைப் பேரரசு வாழ்க!

பிலாத்து:-

கபர்நாமிலிருந்து என்ன செய்தி கொண்டு வந்திருக்கிறீர். ஏதோ பெரிய அதிசய சம்பவங்களையெல்லாம் கேள்விப்பட்டேன்.

கொரிய:-

ஆம் ஆட்சியாளரே. அது ஒரு பெரிய புதுமை. அந்த நாசரேத் உண்மையிலேயே ஒரு இறைவாக்கினர் தான். நோயால் படுத்த படுக்கையாகக் கிடந்த என் ஊழியன் ஒருவனைக் குணமாக்கும் படி அவரை வேண்டினேன். அவரை வரவேற்கும் தகுதி என் இல்லத்துக்கு இல்லையென்று தெரிவித்தேன். 'ஒரு வார்த்தை சொல்லும், என் ஊழியன் குணமடைவான் என்ற என் முழு நம்பிக்கையைச் சொன்னேன்.' 'வீட்டுக்குப் போ. நீ நம்புவது போலவே நடந்திருக்கும்' என்று சொன்னார். வீட்டுக்குச் சென்றபோது, என் ஊழியன் ஏற்கனவே அதிசயமாகக் குணமடைந்து விட்ட நற்செய்தி என்னை வரவேற்றது. தன் வார்த்தைகளால் மட்டுமே என் ஊழியனை எழுந்து விடச் செய்த யேசு ஒரு அதிசய மனிதர்.

பிலாத்து:-

நாசரேத் யேசு பற்றி நானும் பல நல்ல செய்திகளை கேள்விப்படுகிறேன். இருந்தாலும் யூத குல தலைமைக் குருக்கள் மற்றும் மூப்பர்கள் அவர் மட்டில் மகிழ்ச்சியாக இல்லை என்பதும் என் கவனத்துக்கு வந்திருக்கிறது. அவரால் ரோமைப் பேரரசுக்கு வரி தண்டுபவர்கள் சிலர் தங்கள் பணியை நிறுத்தி விட்டார்கள். மட்டுமல்ல, அரசுக்கு எதிராகக் கலகம் செய்பவர்களை அவர் தன்னோடு வைத்திருப்பதும் எனக்கு மகிழ்ச்சியைத் தரவில்லை.

[ஃபிளேவியஸ் வருகை]

ஃபிளேவியஸ்:-

ரோமை சாம்ராஜ்யம் நீடூழி வாழ்க!

பிலாத்து:-

உனது அறிக்கையென்ன ஃபிளேவியஸ்? நாசரேத் யேசுவின் பின்னால் கூட்டம் கூட்டமாக மக்கள் செல்வதாக செய்திகள் வருகிறது. யூத கோத்திரங் களுக்கிடையே இவரால் பிளவுகளும், கலகங்களும் தலை தூக்கியிருக்கிறது. ரோமை அரசுக்கு எதிராக, கலகங்கள் எந்த வடிவில் வந்தாலும் சரி அதை இரும்புக் கரம் கொண்டு உருத்தெரியாமல் ஆக்க வேண்டும்.

ஃபளேவியஸ்:-

ஆளுனரே, யேசுவின் செல்வாக்கு நாளுக்கு நாள் வளர்ந்து கொண்டு வருவதால், யெருசலேம் ஆலய நிர்வாகிகள், மூப்பர்கள், பெரிய குருக்கள் ஆகியோர் அச்சமடைந்துள்ளனர். யேசு கலிலேயாவைச் சேர்ந்த எசானஸ் கோத்திரத்தைச் சேர்ந்தவர்...

பிலாத்து:-

இருக்கட்டும். நான் இந்த நாசரேத் யேசு பற்றி நல்லதும், கெட்டதுமாக ஏராளமான செய்திகளைக் கேள்விப்படுகிறேன்.

என்னைப்பொறுத்த வரை ரோமை அரசுக்கு எது நன்மை தருமோ அதுவே நல்லதுக்கு இலக்கணம். ரோமைக்கு எதிராக எந்த சக்தி தலை தூக்கினாலும் அது அழிக்கப்பட வேண்டும்.

இறைவாக்கினரோ, பரிசேயரோ, குருக்களோ யாராக இருந்தாலும் எனக்குக் கவலையில்லை. தேவாலயமோ, ஜெபக் கூடமோ அது பற்றியும் எனக்கு அக்கரையில்லை.

ரோமை சாம்ராஜ்யத்தின் அமைதிக்கும் பாதுகாப்புக்கும் எதிராக எதையும் நாம் அனுமதிக்க முடியாது. அப்படி ஏதாவது கலகங்கள் நடந்தால், என் ஆணைக்காக காத்திருக்க வேண்டாம். இரும்புக் கரங்களால் அடக்குங்கள்.

யூதேயா தேசத்து மக்கள் அனைவருக்கும் ஒரு செய்தி அறிவிக்கப் பட வேண்டும்.

ரோமை சக்கரவர்த்தி சீஸரை விட உயர்ந்த மனிதன் உலகத்திலே இல்லை.

ரோமை சாம்ராஜ்யத்துக்கு நிகரான எதுவும் இந்த பூமியிலே எங்கும் இல்லை.

திரை

காட்சி- 6

இடம்:- தலைமைக்குரு கைப்பாஸின் அரண்மனை

பாத்திரங்கள்:- கைப்பாஸ், அன்னாஸ், ஜேசையா, யேசுவால் கண்பார்வை பெற்ற செலிடொனியஸ், அவனது பெற்றோர், சட்ட ஆசிரியர்கள், நிக்கோதேமு, காவலர்கள், அலுவலர்கள் மற்றும் பணியாளர்கள்.

[தலைமைக்குரு கைப்பாஸ் இதர பெரிய குருக்கள், ஆசிரியர்கள், மூப்பர்கள் ஆகியோர்களோடு யேசுவின் வளர்ந்து வரும் புகழ் பற்றி ஆலோசனை செய்கிறான். யேசுவால் கண்பார்வை பெற்ற செலிடோனியஸ் விசாரணை செய்யப் படுகிறான்.]

அன்னாஸ்:-

புதுமைகள்! புதுமைகள்! அதிசயங்கள்!

அந்த நாசரேத் யேசுவிடம் சக்தியான ஆவிகள் இருக்க வேண்டும். அதனால் தான் இது போன்ற மந்திர வேலைகளைச் செய்கிறான். சட்டத்திலே அவன் பாண்டித்துவம் பெற்றதில்லை. ஆனால், மோயிசன் சட்டத்துக்கு அவன் கொடுக்கும் புதிய விளக்கங்கள் சட்ட ஆசிரியர்களையே திகைப்படைய வைக்கிறது. அவனது புதிய போதனைகளும், புதுமைச் செயல்களும் அதிசயமான மோசடிகளும் மக்களை வசீகரத்தால் வீழ்த்துகின்றன. தன் வார்த்தைகளின் கூர்மையால் பரிசேயர்களையும், சதுசேயர்களையும், நார் நாராகக்

கிழிக்கிறான். இவனை இப்போதே தடுக்கா விட்டால், அவனது வளர்ச்சியால் மக்கள் கிளர்ச்சி ஏற்பட்டு நமது பெருமைக்கு வீழ்ச்சி ஏற்படும். வேகமாக செயல் படாவிட்டால் யூத குலத்துக்கே ஆபத்து, ஏன், யூத மதத்துக்கே அவமானம். அந்த வனாந்தரத்து யோவானால் நமக்கு ஏற்பட்ட பாதிப்பை விட, இவனால் நமக்கு பெரிய ஆபத்து வந்துவிடும். உடனே நடவடிக்கை எடுத்தாக வேண்டும். நமது குலத்தை, நமது ஆலயத்தை உயிரைக் கொடுத்தாவது காப்பாற்ற வேண்டியது நம் கடமை.

ஜேசையா:-

உண்மைதான். அவன் ஓய்வு நாளை அனுசரிப்பதில்லை. மோயீசன் சட்டத்தை மதிப்பதில்லை. சட்ட ஆசிரியர்களையும், மூப்பர்களையும் அவமானப் படுத்துகிறான். பரிசேயர்களை வெள்ளையடிக்கப் பட்ட கல்லறைகள் என்று பரிகசிக்கிறான். கடவுள் தன் தந்தையென்றும், நான் கடவுளின் ஏக புதல்வன் என்றும் அறிக்கையிட்டு, கடவுளுக்கு நிகராகத் தன்னை உயர்த்திப் பேசுகிறான்.

கைப்பாஸ்:-

கடவுளுக்கு எதிராக இதைவிட வேறென்ன பழிச்சொல் வேண்டும். இதனால் தான் அவனைக் கைது செய்ய காவலர்களை அனுப்பியிருக்கிறேன். நமது யூத மத கோட்பாடுகளைக் கட்டிக்காக்கும் வெறி நம் மக்களிடையே இருக்கிறது. இவன் போன்றவர்களைக் கொன்றழிக்க வேண்டுமென்று அவர்கள் கொந்தளித்துக் கொண்டிருக்கிறார்கள்.

பரிசேயன்:-

தலைமைக்குருவே, உமது ஆணையால் அவன் ஆடிப்போயிருக்கிறான். அதனால் யூதேயா, யெருசலேம்

பகுதிகளைத் தவிர்த்து, கபர்நாமையும் கலிலேயாவையும் சுற்றி சுற்றி வருகிறானாம்.

வேத ஆசிரியர்:-

தான் குணமாக்கும் மனிதர்களிடம் 'உன் பாவங்கள் மன்னிக்கப் பட்டன' என்று சொல்கிறான். பாவங்களை மன்னிக்க உனக்கேது அதிகாரம் என்று கேட்டோம். புமியிலே பாவங்களை மன்னிக்கும் அதிகாரம் மனுமகனுக்கு உள்ளதென்று அசராமல் அறிவிக்கிறான்.

அன்னாஸ்:-

அவமானம்! அவன் உயிரோடு இருப்பதே நம் குலத்துக்கு அவமானம். அவன் இங்கே கொண்டுவரப் பட்டதும், நாம் அனைவரும் ஒன்று பட்டு அவனைத் தண்டனைத் தீர்ப்புக்கு உள்ளாக்கி, அவன் மேல் கல்லெறிந்து அவனைக் கொன்றொழிக்க வேண்டும்.

ஜோசையா:-

ஆனால்.. உமக்குத் தெரியுமா பெரிய குருவே, நம்மிடையே அவனது ரகசிய சீடர்கள் சிலர் கருங்காலிகளாக இருக்கிறார்கள். நமது ஜெராசா ஜெபக்கூட அதிகாரி ஜெய்ரூஸ் என்பவன் இரண்டு தினங்களுக்கு முன் யேசுவிடம் மண்டியிட்டு தன் மகளைக் காப்பாற்ற வேண்டியிருக்கிறான். இறந்து விட்ட அவன் மகளை யேசு உயிர் கொடுத்து எழுப்பியதாக ஒரு கூட்டம் மக்கள் பரபரப்பாகப் பேசுகிறார்கள்.

கைப்பாஸ்:-

நானும் கேள்விப்பட்டேன். கூடாரப் பண்டிகை நேரத்தில் அவனைக் கைது செய்ய நான் காவலர்களை அனுப்பிய போது, அவனது ஆதரவாளர்களுக்கும், எதிர்ப்பாளர்களுக்கும் இடையே ஏற்பட்ட மோதலால்

ஒரு கலவரச் சூழல் உண்டாகியிருக்கிறது. சிலர் அவனை மெசியா என்றும் இறை வாக்கினர் என்றும் புகழ, சிலர் அவனைப் பேய் பிடித்தவன் என்று சொல்ல, சிலர் அவனைப் பிடித்துக் கட்ட முயற்சித்திருக்கிறர்கள். அவனது குடும்பம் மற்றும் பாரம்பரியம் பற்றி முரண்பட்ட தகவல்களே கிடைக்கின்றன.

அன்னாஸ்:-

இந்த கவுன்சில் கூட்டத்திலே ஒரு தீர்மானம் செய்வோம். நாசரேத் யேசுவை இறைமகன் என்று எவனாவது நம்பினால் அவனை நமது யூத சமுதாயம், மதம் ஆலயம் இவற்றிலிருந்து விலக்கி வைப்போம். யேசுவை யாராவது ஆதரித்தால், அவனுக்கு யூத மத உரிமைகள், ஆலயச் சடங்கு முறைகள் அத்தனையும் மறுக்கப் பட வேண்டும்.

பரிசேயன்:-

தலைமைக்குருவே, பாத்சைடா குளக்கரையில் யேசுவால் ஒரு மனிதன் குணமாக்கப் பட்டது ஒரு விசித்திரம். அன்று ஓய்வுநாள் என்று தெரிந்தும் உன் படுக்கையைத் தூக்கிப் போ என்று பணித்திருக்கிறார் யேசு. மட்டுமல்ல, பிறவியிலேயே குருடனாக இருந்த ஒருவனை அந்த ஓய்வுநாளில் குணமாக்கியதாக அந்த மனிதனே அறிவித்து வருகிறான்.

கைப்பாஸ்:-

அந்த மனிதனையும் அவனது பெற்றோரையும் அழைத்து வர காவலர்களை அனுப்பியிருக்கிறேன். அந்த சம்பவம் பற்றி விசாரிப்போம். தேவைப்பட்டால், அவர்களை நம் ஆலயத்தை விட்டு விலக்கி வைப்போம்.

{காவலர்கள் அவர்களை அழைத்து வருகிறார்கள். அந்த இளைஞனின் தாய் தந்தையர் பயந்து நடுங்கி, தலைமைக் குருவை மண்டியிட்டு வணங்குகிறார்கள்}

தந்தை:-

உமக்கு சமாதானம் உண்டாவதாக தலைமைக்குருவே!

ஜேசையா:-

இவன் உனது மகன் தானே?

{தந்தை ஆம் என்று தலையாட்டுகிறார்}

இவன் பிறவியிலேயே குருடனா?

தந்தை:-

ஆம்..

ஜேசையா:-

ம்ம்.. அப்படியானால். இப்போது எப்படி இவனால் பார்க்க முடிகிறது?

தந்தை:-

இவன் எங்கள் மகன் தான். பிறக்கும்போதே குருடனாகத்தான் பிறந்தான். ஆனால் இப்போது பார்வை பெற்றுள்ளான். இவனுக்கு எப்படிப் பார்வை வந்தது என்று எங்களுக்குத் தெரியாது.

ஜேசையா:-

இவனுக்குப் பார்வை கொடுத்த மனிதனை உங்களுக்குத் தெரியுமா?

தந்தை:-

தெரியாது.

ஐயா..நாங்கள் கடவுளுக்குப் பயந்து வாழும் யூதர்கள். உங்கள் கேள்விகளுக்குப் பதில் சொல்லும் அளவு எங்கள் மகன் வளர்ந்தவன் தான். அவனிடமே கேட்டுப் பாருங்கள். அவனே பதில் சொல்வான்.

ஜோசையா:-

[பார்வை பெற்றவனை நோக்கி]

இதோ பார். உண்மையை மட்டுமே சொல்வேன் என்று கடவுள் பெயரால் உறுதி எடுத்துக் கொள். உன்னைக் குணமாக்கிய மனிதன் ஒரு பேய் பிடித்த பாவி என்பது எங்களுக்குத் தெரியும்.

செலிடோனியஸ்:-

அவன் பாவியா இல்லையா என்பது எனக்குத் தெரியாது. நான் குருடனாகப் பிறந்தேன். குருடனாகவே வாழ்ந்தேன். இப்போது பார்வை பெற்று விட்டேன். அது மட்டுமே தெரியும்.

ஜேசையா:-

ம்...சொல்...அவன் உனக்கு என்ன செய்தான்? உன்னை எப்படி அவன் குணமாக்கி பார்வை கொடுத்தான்.

செலிடோ:-

அது பர்றி நான் ஏற்கனவே காவலர்களிடமும், மக்களிடமும் சொல்லியிருக்கிறேன். ஏன் அதையே மீண்டும் கேட்கிறீர்கள்! உமிழ்நீரை மண்ணிலே சேர்த்து அதை என் கண்களிலே பூசினார். பின் சிலோமிலே உள்ள

நீரில் கழுவச் சொன்னார். நானும் அவ்வாறே செய்தேன். பார்வை பெற்றேன்.

ஜேசையா:-

ஆக...எப்படியோ உன்னைக் குணமாக்கிப் பார்வை கொடுத்து விட்டான். ம்..சரி.. அவனைப் பற்றி என்ன சொல்கிறாய்?

செலிடோ:-

அவர் ஒரு இறைவாக்கினர்.

ஒருவேளை, உமக்கும் அவருடைய சீடராக விருப்பமோ?!

ஜேசையா:-

[கோபமாக]

மூடனே, கடவுள் உன்னை சபித்து அழிக்கட்டும். அந்த மோசடிக்காரனை மெசியா என்று நினைக்கும் அத்தனை பேரையும் தெய்வ சாபம் தீண்டட்டும். நீ அந்தப் பேய் பிடித்தவனின் சீடர்களில் ஒருவன். அதனால் தான் பொய்களை மட்டுமே பேசுகிறாய். இதைச் செய்தவன் நிச்சயமாக கடவுளிடமிருந்து வந்தவனாக இருக்க முடியாது. அவன் ஓய்வு நாட்களை அனுசரிப்பதே இல்லை.

அன்னாஸ்:-

கலகக் காரனே, நீ அவனது சீடனாக இருக்கலாம். அனால் நாங்கள் மோயீசனுடைய சீடர்கள். கடவுள் மோயீசனோடு நேரடியாகப் பேசினார். ஆனால் இவன் எங்கிருந்து வந்தான் என்பதே தெரியவில்லை.

செலிடோ:-

நீங்கள் சொல்வது விசித்திரமாக உள்ளது. அந்த மனிதர் எங்கிருந்து வந்தார் என்பது உங்களுக்குத் தெரியாது. ஆனால் எனக்குப் பார்வை கொடுத்து குணமாக்கியிருக்கிறார். அவரைப் பாவி என்கிறீகள். சரி, பாவம் செய்த ஒருவனால் எப்படி இது போல் புதுமைகள் செய்ய முடியும்? பாவிகளின் வேண்டுதலை கடவுள் கேட்பதில்லையே. அவரது பாதையில் நடக்கும் நல்லவர்களுக்குத் தானே கடவுள் செவி சாய்ப்பார். பிறவியிலேயே பார்வை இல்லாத ஒருவனுக்குப் பார்வை கொடுத்த ஒரு நிகழ்வு உலகில் யாராவது இது வரை கேள்விப்பட்டதுண்டோ? இந்த மனிதர் கடவுளிடமிருந்து வந்தவராக இல்லாதிருந்தால், இவரால் எப்படி இவ்வளவு பெரிய புதுமை செய்ய முடியும்?

அன்னாஸ்:-

மூடனே, வாயை மூடு. நீ பிறந்தது குருடனாக... வளர்க்கப்பட்டதும், வாழ்ந்ததும் பாவியாக.... என்ன துணிச்சல் உனக்கு. எங்களுக்கே போதிக்கத் தொடங்குகிறாய்.

கைப்பாஸ்:-

தெய்வ சாபம் உன்னைத் தண்டிக்கட்டும். யூத குலத்திலிருந்தும், ஆலயத்திலிருந்தும் உன்னை விலக்கி வைக்கிறேன். காவலர்களே, இந்த மூடனை இழுத்துப் போய் யெருசலேம் பட்டணத்துக்கு வெளியே தூக்கி எறியுங்கள்.

[காவலர்கள், செலிடொனஸை இழுத்துச் செல்ல அவந்து பெற்றோர் பின் தொடர்கிறார்கள்]

நாம் வாழ்வது மோயீசன் சட்டத்துக்காக.. மோயீசன் சட்டத்துக்காக மரணிக்கவும் நாம் தயார்....

ஏன், மோயீசனுக்காக யாரையும் கொல்லவும், எதையும் அழிக்கவும் நாம் தயங்க மாட்டோம்.

[காவலர்கள் சிலர் வருகிறார்கள்]

எங்கே அந்த நாசரேத் யேசு?

அவனை ஏன் கைது செய்து இழுத்து வரவில்லை?

காவலர்:-

அவரைக் கைது செய்ய முடியவில்லை. அவரைச் சுற்றி ஏராளமான மக்கள் கூட்டம். அவரைப் பிடித்தால், பெரிய கலகம் ஏற்பட்டு விடும் சூழல் இருந்தது. மட்டுமல்ல, அவரைப் போல எந்த மனிதரும் பேசியதைக் கேட்டதில்லை.

கைப்பாஸ்:-

சே, அந்த மோசடிக் காரன் உங்களையும் ஏமாற்றி விட்டான் போலும். மக்கள் கூட்டத்தைப் பார்த்து நீங்கள் ஏன் பயப்படுகிறீர்கள்? நமது நிர்வாகத்தில் உள்ளவர்களோ, உயர் குடி யூத மக்களோ, அவனை நம்புவதை நீங்கள் பார்த்தது உண்டா?

அன்னாஸ்:-

அவனைச் சுற்றியுள்ள மக்கள் கூட்டம் மோயீசன் சட்டமே தெரியாத மடையர்கள். கடவுளால் சபிக்கப் பட்ட கபடக் காரர்கள்..

வேத ஆசிரியர்:-

நமக்கு இருக்கும் தொல்லைகள் போதும். அவன் கலிலேயாவைச் சேர்ந்தவன். நல்லது எதுவும் இதுவரை கலிலேயாவிலிருந்து வந்தது இல்லை. அவனைத் தண்டனைத் தீர்ப்புக்கு உள்ளாக்கி இப்போதே தீர்மானம் செய்வோம். இனியும் பொறுக்க வேண்டாம்.

நிக்கோதேமு:-

நமது சட்டப்படி எந்த மனிதனையும், நேரில் விசாரணை செய்யாமல் தண்டனைத் தீர்ப்புக்கு உள்ளாக்க முடியாது. முதலில் அவனை விசாரித்து அவன் செய்த குற்றத்தை உறுதிப் படுத்த வேண்டும்.

கைப்பாஸ்:-

ஆசிரியர் நிக்கோதேமுவே, ஒருவேளை நீரும் க்லிலேயாவைச் சேர்ந்தவரோ? வேத புத்தகத்தை நன்றாகப் படித்துப் பாரும். இதுவரை எந்த இறைவாக்கினரும் கலிலேயா பகுதியிருந்து தோன்றியதில்லை.

ஜேசையா:-

தலைமைகுருவே, பகிரங்கமாக மக்கள் மத்தியில் வைத்து அவனைக் கைது செய்வது புத்திசாலித் தனமல்ல.

அன்னாஸ்:-

சரி தான். அவனது கைது ரகசியமாகத்தான் அரங்கேற வேண்டும். அப்போது தான், அவனது சீடர்கள் மக்களிடையே கலகம் உண்டாக்க முடியாது.

கைப்பாஸ்:-

நம் மக்கள் உணர்ச்சி பொங்கும் கொதி பாத்திரங்கள். யெருசலேம் தேவாலயம் அவர்களுக்கு உயிரை விட மேலானது. புனிதமானது. மோயீசன் சட்டமே அவர்களுக்குத் தெரிந்த யூத மதம். மண்ணிலே அவனைப் புதைத்து, நம் மக்களின் உணர்வு இழைகளாலே நம் கற்பனைக் கதைகளை நெய்து உண்மையை மூடுவோம். நம் வெற்றி நம் வேகத்திலே இருக்கிறது. நமது தோல்வி நம் இனத்தையும் மதத்தையும் அழித்து விடும். கவனம்.

திரை

காட்சி- 7

இடம்:- ஒரு ஒலிவமரத் தோட்டம்

பாத்திரங்கள்:- யேசு, அவரது சீடர்கள், ஜெபதேயுவின் மனைவி

[ஜெபதேயுவின் மனைவியும் யேசுவின் சீடர்கள் ஜான், ஜேம்ஸ் ஆகியோரின் தாயாருமான பெண் யேசுவை சந்தித்து தன் புதல்வர்களுக்காக ஒரு வேண்டுதலை முன் வைக்கிறார்]

ஜெப மனைவி:-

போதகரே, ஒரு பணிவான வேண்டுகோள். நீர் அரசனாகி சிம்மாசனத்தில் அமரும்போது, எனது ஒரு மகனை உம் வலப்பக்கத்திலும், இன்னொருவனை இடப்பக்கமும் அமரச் செய்ய வேண்டும்.

யேசு:-

தாயே, நீர் கேட்பது என்னவென்று தெரியாமல் பேசுகிறீர். [அவரது மகன்கள் ஜேம்ஸ், ஜானிடம்] நான் அருந்தப் போகும் துன்பக் கிண்ணத்தில் உங்களால் அருந்த முடியுமா?

ஜான்/ஜேம்ஸ்:-

எங்களால் முடியும் குருவே.

யேசு:-

எனது பாத்திரத்திலேயே நீங்களும் அருந்தும் காலம் வரும். ஆனால் எனது வலப்பக்கமும், இடப்பக்கமும் இருப்பவர்களைத் தேர்வு செய்யும் உரிமை எனக்கில்லை. அந்த இடங்கள் என் வானகத் தந்தை யாரை ஆயத்தம் செய்கிறாரோ அவர்களுக்கே சொந்தமானது.

[யேசு அங்கிருந்து நகர்ந்து சென்று, ஓரிடத்தில் தனியாக அமர்ந்து செபிக்கத் தொடங்குகிறார். மற்ற பத்து சீடர்களும் ஜேம்ஸ், ஜானிடம் வர, அவர்கள் தாயார் வெளியேறுகிறார்]

பிலிப்பு:-

யேசு அரசனாகும்போது உங்களுக்கு உயர்ந்த இடங்கள் வேண்டுமென்று எந்த அடிப்படையில் கோரிக்கை வைத்தீர்கள்?

ஆன்ட்ரூ:-

நானும் எனது சகோதரர் சீமோனும் தான் யேசுவின் முதல் சீடர்கள். எங்களது இடத்தைப் பிடித்து விட ஏன் திட்டம் போடுகிறீர்கள்?

தாமஸ்:-

உங்களை ஒளியின் மக்கள் என்று யேசு அழைப்பதால், ஏதோ வானத்தில் சஞ்சரிப்பதாக உங்களுக்கு நினைப்பு. உங்கள் ஆசை ஆச்சரியத்தையே கொடுக்கிறது. இடி முழக்கத்தை அல்ல.

ஜேம்ஸ்:-

ஏன், நாங்கள் குடும்பத்தைப் பிரிந்து போதகரைப் பின் தொடர்கிறோம். அதனால் தான் எங்கள் தாயார் யேசுவிடம் ஒரு வேண்டுகோளை வைத்தார்.

தீவிரவாதி சீமோன்:-

நீங்கள் இருவரும் எங்களை விட மிகவும் இளையவர்கள். யூதர்கள் ஏன் ரோமையர்களின் ஆதிக்கத்திலேயே இருக்கிறார்கள் தெரியுமா? துணிச்சல் இருக்கும் அளவு ஒற்றுமை இல்லாததால் தான். யேசு அரசனாகும் போது நம் அனைவருக்குமே உயர் பதவிகள் கிடைக்கத் தான் போகிறது. நாம் ஒன்று பட்டு வலிமையான ரோமை அரசோடு போராட வேண்டியது வரலாம்.

பர்தலேமு:-

ஆனால் தேசபக்தர் சீமோனே, ஒன்றைப் புரிந்து கொள்ளும். ஒரு அரசனின் பரிவாரங்களில் எல்லோருக்கும் சரி சமமான பதவிகள் கிடைக்காது. என்னைப் போன்ற துணிச்சல் உள்ள ஒருவனால் மட்டுமே படைத் தளபதியாக இருக்க முடியும்.

சீமோன் பேதுரு:-

போதகர் எப்போதும் என் வயதுக்கும் அனுபவத்துக்கும் முக்கியத்துவம் கொடுப்பவர். நான்தான் அவரது முதன்மை ஆலோசகன். உங்கள் அனைவரையும் விட கடலின் சீற்றத்தோடும், புயல் காற்றின் வேகத்தோடும் போராடிய அனுபவங்கள் ஏராளம் உண்டு எனக்கு. எனவே நான் எந்தப் பதவி கேட்டாலும் எனக்குக் கிடைக்கும்.

யூதாஸ்:-

உங்களின் அறியாமையை நினைத்து பரிதாபப் படுகிறேன். கலிலேயா ஏரிக்கரையைத் தாண்டி தூர பட்டணங்களுக்கு நீங்கள் பயணம் செய்தது கூட இல்லை. யேசு அரசனாகும் போது அவருக்கு புத்தி கூர்மையுள்ள ஆலோசகர்கள் தேவை. வேதப் புத்தகத்தை எப்போதாவது முழுமையாகப் படித்ததுண்டா நீங்கள்?

ரோமானியர்களோடு லத்தீன் மொழியில் பேச முடியுமா உங்களால்? கிரேக்க அறிஞர்களின் அரசாட்சி பற்றிய தத்துவங்களை எப்போதாவது வாசித்த துண்டா நீங்கள்?

தாமஸ்:-

விசுவாசத்துக்கும், பிரமாணிக்கத்துக்கும் பெயர் போன கலிலேயாவைச் சேர்ந்தவர்கள் நாங்கள். ஒரு அரசனுக்கு, எங்களைப் போன்ற நம்பகரமான ஆட்களைத் தவிர வேறென்ன வேண்டும்?

யூதாஸ்:-

ஒரு அரசனுக்கு ஆலோசனை சொல்ல என் போன்ற படித்த அறிவுள்ள மனிதர்கள் வேண்டும். மாபெரும் நம் அரசர்கள் தாவீது மற்றும் சாலமோனுடைய சரித்திரத்தை படித்துப் பாருங்கள். என் போன்று யூதேயாவைச் சேர்ந்தவர்கள் தான் அவர்களுக்கு ஆலோசகர்களாக இருந்திருக்கிறார்கள். இன்று உங்கள் கலிலேயா இருக்கும் நிலைமையைப் பாருங்கள். உங்களது ஏரோது மன்னன் யூத குலத்தில் பிறந்தவன் அல்ல. அவனது அதிகாரம் ரோமாபுரியையும், சீஸரையும் சார்ந்தே இருக்கிறது, கலிலேயா மக்களைச் சார்ந்து அல்ல.

தீவிரவாதி சீமோன்:-

யூதாஸ், உனது அறிவாற்றலையும் வேத ஞானத்தையும் வைத்து எங்களை மட்டம் தட்டாதே. நாங்கள் படித்தவர்களோ உயர் குடியில் பிறந்தவர்களோ இல்லை தான். ஆனால் எங்கள் அரசனுக்காக உயிரையே பணயம் வைப்போம்.

யூதாஸ்:-

அப்படியானால் நீங்கள் நம்பிக்கையான படை வீரர்களாக இருக்கலாம். போர்க்களத்தில் போரிடலாம்.

ஆனால் ஒருபோதும் அரண்மனை அதிகாரிகளாகவோ, அமைச்சர்களாகவோ சாத்தியமில்லை. இப்போது கூட, நமது கூட்டத்தில் என்னிடம் மட்டுமே ஒரு பதவி இருக்கிறது. உங்களின் பணப்பையை நான் தான் காத்து வருகிறேன்.

சீமோன் பேதுரு:-

அதனால் தான் உனது இதயமும் மனதும் அந்தப் பணப்பைக்குள்ளேயே இருக்கிறது.

யூதாஸ்:-

இல்லை சீமோன். என் மனது என் பணியில் தான் இருக்கிறது. ஏழைகளுக்கு எப்போதும் உதவி செய்வதே நான் எடுத்துக் கொண்ட பணி. அதற்குப் பணம் தேவை. பணம் இல்லாமல் ஏழைகளுக்கு உணவோ, உடையோ கொடுத்து உதவ முடியாது. ஏழைகளுக்கும், ஒடுக்கப் பட்டவர்களுக்கும் பணிவிடை செய்யாமல் நீங்கள் ஒரு போதும் யேசுவின் சீடனாகவோ, விசுவாசமான அமைச்சனாகவோ ஆகமுடியாது. சுதந்திரமாக...

[யேசு திரும்பி வந்து சீடர்களிடம்]

யேசு:-

இதோ பாருங்கள். எனது போதனைகளின் படி நடந்தால் மட்டுமே, நீங்கள் என் உண்மையான சீடர்கள். அப்போது தான் சத்தியம் உங்களுக்குப் புரியும். அந்த சத்தியமே உங்களை விடுவிக்கும்.. எனது எல்லா அனுபவங்களிலும் நீங்கள் என்னோடு இருந்தால் என் வான் தந்தை அளித்த அதனை அதிகாரங்களையும் நான் உங்களுக்குக் கொடுப்பேன். எனது இறை அரசில் என்னோடு அமர்ந்து உணவருந்த உங்களுக்கு வாய்ப்பளிக்கப் படும். இஸ்ரயேலின் பன்னிரண்டு கோத்திரங்களையும் ஆளுமை

காட்சி- 7 | 49

செலுத்த உங்களுக்காக என் தந்தை வீட்டில் பன்னிரண்டு சிம்மாசனங்கள் ஒதுக்கப் படும்.

சீமோன் பேதுரு:-

குருவே சொல்லுங்கள். உங்களது இறை அரசில் எங்களில் யாருக்கு முதன்மை இடம் கிடைக்கும்?

யேசு:-

உமக்குத் தெரியுமா சீமோன். இந்த உலகத்து ஆட்சியாளர்களுக்கு அவர்களின் ஆட்சியின் மேல் முழு அதிகாரம் இருக்கிறது. ஆனால் இறையரசில் அப்படியல்ல. உங்களில் பெரியவனாக இருக்க விரும்புகிறவன் மற்றவர்களுக்கு ஊழியனாக இருக்க வேண்டும். முதன்மையாக இருக்க விரும்புகிறவன் மற்றவர்களுக்கு அடிமையாக செயல் பட வேண்டும். மனுமகன் மற்றவர்களின் பணிவிடையைப் பெறுவதற்காக அல்ல, அனைவருக்கும் பணிவிடை செய்வதற்காகவே வந்துள்ளார்.

ஜான்:-

குருவே, மனுமகன் பற்றி நீர் சொல்லும் போதனை எங்களுக்குப் புரியவே இல்லை.

யேசு:-

கவனமாகக் கேளுங்கள். நாம் இப்போது யெருசலேமுக்குப் போகிறோம். அங்கே மனுமகன் பற்றி வேத புத்தகத்தில் எழுதியுள்ளவை அத்தனையும் நிறைவேறப் போகிறது. அவர் புற ஜாதியர்களிடம் ஒப்படைக்கப் படுவார். அவர்கள் அவரைத் தண்டனைத் தீர்ப்புக்கு உள்ளாக்கி, அடித்துத் துன்புறுத்தி, அவமானப் படுத்திக் கொன்று போடுவார்கள். ஆனாலும், மூன்றாவது நாள் மனுமகன் மரணத்தை வென்று மாட்சி பெறுவார்.

[யேசு சொல்வதன் முழு அர்த்தம் புரியாமல் சீடர்கள் ஒருவரை ஒருவர் பார்த்துக் கொண்டே யேசுவைப் பின் தொடர்கிறார்கள்]

திரை

காட்சி - 8

இடம்:- பெத்தானியா, லாசரின் வீட்டு முன் முற்றம்

பாத்திரங்கள்:- ஜோசையா, பரிசேயர்கள், மூப்பர்கள், வேதஆசிரியர்கள், மத்தேயு, யூதாஸ் இஸ்காரியோத், லாசர், மார்த்தா, மரியா மற்றும் மக்கள்

[லாசரும் அவனது சகோதரிகள் மார்த்தா மற்றும் மரியா ஆகியோர் அவர்கள் வீட்டின் முன் கூடியுள்ள மக்களோடு பேசிக்கொண்டிருக்கிறார்கள். ஏராளமான மக்கள் யேசுவால் லாசர் உயிர் பெற்று எழுந்த அதிசய சம்பவம் பற்றிப் பேசிக்கொண்டே செல்கிறார்கள்]

மக்கள் பேச்சு:-

1.வது நபர்:-

உறுதியாக இந்த நாசரேத் யேசு தான் வர இருந்த இறைவாக்கினர்.

2.வது நபர்:-

உண்மைதான், இவர் தான் வேதத்திலே சொல்லியிருக்கும் மெசியா.

3.வது:-

இவர் எலிஜா தான். அவருக்குத் தான் இறந்தோருக்கு உயிர் கொடுக்கும் சக்தி உண்டு.

4.வது:-

நயீம் பட்டணத்திலும் இறந்த ஒரு இளைஞனுக்கு உயிர் கொடுத்திருக்கிறார்.

5வது:-

பெத்செய்தா ஊருக்குப் பக்கத்து வனாந்தரத்தில் வைத்து எங்களோடு இருந்த ஐயாயிரம் பேருக்கு உணவு கொடுத்தார். இவர் அரசனாகி விட்டால் நாட்டில் பசி பட்டினியே இருக்காது.

6.வது:-

ஆனால் இவர் மோயீசன் சட்டத்தை மீறுகிறார் என்று மூப்பர்களும் பெரிய குருக்களும் இவர் மீது கோபத்தில் இருக்கிறார்கள்.

2.வது நபர்:-

இல்லை. இவருக்கும் வேத ஆசிரியர்களுக்கும் மோயீசன் சட்டம் பற்றி பெரிய தர்க்கமே நடந்திருக்கிறது.

6.வதுநபர்:-

ஓஹோ..அதனால் தான் இவரைக் கைது செய்து சிறையில் அடைக்க தலைமைக்குரு ஆணை பிறப்பித் திருக்கிறாராம்.

2.வது நபர்:-

அதெப்படி முடியும். இவரைச் சுற்றி எப்போதும் மக்கள் இருக்கிறார்கள். இவர் மீது கை வைத்தால் பெரிய கலவரமே வந்து விடும்.

ஒரு பரிசேயன்:-

[ஜெசையாவிடம்] மூப்பரே, பாரும் மக்கள் கூட்டத்தை. இவர்களுக்கு மோயிசன் சட்டம் என்னவென்றே தெரியாது. பாவமும் மூடத்தனமும் நிறைந்த சபிக்கப் பட்ட கூட்டம் இது. தினமும் உணவு கிடைக்கும் என்ற ஆசையில் தான் யேசுவின் பின்னால் செல்கிறார்கள். நீங்கள் சொல்வது போல் நித்திய வாழ்வைத் தருவான் என்ற எண்ணம் இவர்களுக்கு இல்லை.

ஜெசையா:-

இருந்தாலும், இவனை இப்படியே வளர விடுவது நமக்குப் பெரிய ஆபத்து. யேசு எங்கே தங்கியிருக்கிறார் என்று கூட்ட்த்தில் யாரிடமாவது கேட்போம். ரகசியமாக யேசுவை ஒழித்துக் கட்ட வேண்டும். அவனோடு சேர்த்து இந்த லாசரையும் கொலை செய்ய வேண்டும்.

[யூதாஸ் மற்றும் மத்தேயு வருகிறார்கள்]

வேத ஆசிரியர்:-

அதோ யேசுவின் சீடர்களில் சிலர் வருகிறார்கள். ஒருவன் முன்பு வரி தண்டிகொண்டிருந்தான். இன்னொருவன்...

ஜெசையா:-

இன்னொருவன் கலிலேயா காரனல்ல. யூதேயாவைச் சேர்ந்தவன். அரிமத்தையா ஜோசப்பின் கோத்திரத்தைச் சேர்ந்தவன். தலைமைக் குரு கைப்பாஸோடு இவனைப் பார்த்திருக்கிறேன். இவன் யேசுவின் சீடனா/

வேத ஆசிரியர்:-

ஆமாம். இரண்டு தினங்களுக்கு முன் இவனை யேசுவோடு பார்த்தேன். பாரும், அவன் இங்கு தான் வருகிறான். அவனிடமே யேசு பற்றி கேட்போம்.

[சீடர்கள் அருகில் வர..]

ஜேசையா:-

சீடர்களே, நான் உங்கள் போதகரைப் பார்க்க வேண்டும். அவரை எங்கே பார்க்கலாம்?

யூதாஸ்:-

என்னுடைய குரு மோட்சத்திலே இருக்கிறார். நீங்கள் அங்கே செல்ல முடிந்தால் அவரை சந்திக்கலாம்.

ஜேசையா:-

என்னால் மோட்சத்துக்குப் போக முடியும். ஆனால் உங்கள் குருவைப்போல, பாவிகளோடும், வேசிகளோடும், திருடர்களோடும் போக முடியாது.

யூதாஸ்:-

அப்படியானால், உம்மால் அவரை சந்திக்க முடியாது.

[நகர்ந்து செல்ல முயற்சிக்க......]

ஜேசையா:-

நில். உனக்குத் தெரியுமா நான் யாரென்று?

யூதாஸ்:-

தெரியும் மூப்பரே. நீர் யாரென்று மட்டுமல்ல, இங்கு ஏன் நின்று கொண்டிருக்கிறீர். எங்கள் குருவை ஏன் தேடுகிறீர் என்பதும் தெரியும். கடவுள் உம்மோடு இருப்பாராக.

[கடந்து செல்கிறான்]

வேத ஆசிரியர்:-

மூப்பரே, என்ன திமிராகப் பேசி விட்டுப் போகிறான்.

ஜோசையா:-

அவன் கடவுள் மகனோடு இருக்கிறோம் என்ற மிதப்பில் பேசுகிறான். அவன் இருப்பது சாத்தானோடு தான் என்று நாம் புரிய வைப்போம். நமது அதிகார வீச்சு பற்றி, பாவம்..இவனுக்குத் தெரியாது. யேசுவைப் போன்ற எத்தனையோ பேரின் இரத்தத்தால் நனைந்திருக்கிறது இந்த யெருசலேம் பூமி. இன்னொருவனுடைய ரத்தம் சிந்தப் படுவதால் இந்த மண் இன்னும் அதிகமாக கறை பட்டு விடாது.

திரை

காட்சி - 9

இடம்:- யெருசலேம் தேவாலயம்

பாத்திரங்கள்:- கைப்பாஸ், அன்னாஸ், ஜோசையா, பரிசேயர்கள், வேத ஆசிரியர்கள், காவலர்கள்

[பெரிய குருக்கள், மூப்பர்கள், மற்றும் வேத ஆசிரியர்கள் சேர்ந்து யேசுவை எப்படி ரகசியமாக தீர்த்துக் கட்டுவது என்று ஆலோசிக்கிறார்கள்]

பரிசேயன்:-

நாம் அவனை எளிதில் வென்றுவிட முடியாது. காரணம், அவன் புதுமைகள் மேல் புதுமைகள் செய்து மக்களை வசீகரித்து வருகிறான். நிலைமை இப்படியே தொடர்ந்தால், இந்த உலகமே அந்த நாசரேன் பின்னால் போய்விடும் போல் இருக்கிறது.

ஜோசையா:-

உண்மைதான். நமது நிர்வாகக்குழு அறிவிப்பையும் மீறி அந்த யேசுவின் மேல் மக்கள் நம்பிக்கை வைத்துள்ளதை நாங்கள் பெத்தானியாவில் நேரடியாகவேப் பார்த்தோம். இறந்து மூன்று நாட்களுக்குப் பின் உயிரோடு வந்ததாக சொல்லப்படும் லாசர் என்பவனும் தெய்வீக மனிதன் என்று மக்கள் பேசத் தொடங்கி விட்டார்கள். அவனையும் அழித்தொழிக்க வேண்டும்.

பரிசேயன்:-

என்ன செய்யலாம் என்று உடனே முடிவு செய்யுங்கள். அனைத்து சாதாரண மக்களும் அவன் பின்னே செல்லத் தொடங்கினால் நிலைமை விபரீதமாகி விடும்.

ஜோசையா:-

ஆம், அது இனத்துக்கே ஆபத்தாக முடிந்து விடும். அப்படி நடந்தால் யூதேயா கவர்னர் பிலாத்து நமக்கு எதிராகி விடுவான். மக்கள் நம்மோடு இருப்பதால் தான் ரோமை அரசு நமக்கு மதிப்பும், மத சுதந்திரமும் தந்திருக்கிறது.

அன்னாஸ்:-

ஏற்கனவே நமது அதிகார வரம்பு பற்றி கவர்னர் பிலாத்துவுக்கு சந்தேகம் இருக்கிறது. நம்மைப் பற்றி ரோமை சக்கர்வர்த்தி சீஸருக்கு என்ன அறிக்கை என்ன அறிக்கை அனுப்புகிறார் என்பது தெரியாது.

பரிசேயன்:-

ரோமை அதிகாரிகளை நினைத்தால் அச்சமாக உள்ளது. நமது மதம் பற்றியோ, யெருசலேம் தேவாலயம் பற்றியோ அவர்களுக்கு சிறிதும் கவலையில்லை. நமது ஆலயத்தை மட்டுமல்ல, நமது மதத்தையும், ஏன் நமது சமூகத்தையே அவர்கள் அழித்து விடும் அபாயம் இருக்கிறது.

கைப்பாஸ்:-

என்ன மூடத்தனமான பேச்சு இது...உங்களுக்குத் தெரியவில்லையா? நமது தேசம், நமது மதம், நமது சமுதாயம், நமது ஆலயம் அத்தனையும் அழிவதை விட ஒரு தனி மனிதன் அழிவது தானே நல்லது. ஆம், அத்தனை ஆபத்துகளையும் அழிவையும் தடுக்க, நம்மையெல்லாம் இரட்சிக்க ஒரே வழி ஒரு மனிதனுடைய மரணம்.

ஜோசையா:-

சரியாகச் சொன்னீர். ஆனால், அதை எப்படி நிறைவேற்றுவது. அவனைப் பகிரங்கமாகக் கைது செய்யும் சூழ்நிலை இல்லை. அவனைச் சுற்றி எப்போதும் ஏராளமான மக்கள் இருக்கிறார்கள்.

அவன் எங்கு சென்றாலும் அவனோடு செல்ல மக்கள் தயாராக இருக்கிறார்கள்.

அன்னாஸ்:-

ஆனாலும் அந்த மக்களிடையே கடவுள் பயம் இருக்கிறது. நமது நிர்வாகத்தின் அதிகாரம் பற்றிய அச்சம் இருக்கிறது. இந்த அச்சம் தான் நமது ஆயுதம். நிர்வாகத்துக்கு எதிராகச் சென்றால் ஆலயத்தை விட்டு மட்டுமல்ல, யூத சமூகத்தை விட்டே நீக்கி விடுவோம் என்ற அச்சுறுத்தலை வைத்தே மக்களை அடக்க வேண்டும்.. திரைமறைவிலே திட்டம். செயல் படுத்துவதிலே காட்டம். இது தான் அவனைச்சுற்றி நாம் வரையும் வட்டமாக இருக்க வேண்டும். பாஸ்கா பண்டிகை வரை காத்திருப்போம். ஏற்கனவே பாதுகாப்புக்காக ரோமை வீரர்கள் யெருசலேம் தெருக்களை வலம் வரத் தொடங்கி விட்டார்கள். சிறிய கலகம் ஏற்பட்டால் கூட நமது ஆலயத்துக்குக் களங்கம் வந்து விடும்.

கைப்பாஸ்:-

இதற்கிடையே ஆலய நிர்வாகக் குழுவைக் கூட்டுவோம். கவுன்சில் கூட்டத்தில் யேசுவுக்குத் தண்டனைத் தீர்ப்பளித்து ஏகமனதாகத் தீர்மானம் போட்டு, நம்மிடையே உள்ள யேசுவின் ரகசிய சீடர்கள் வாய்க்கு பூட்டு போடுவோம். தானே கடவுள் என்று சொல்லி கடவுளையேப் பழித்துரைத்தான் என்ற தேவ தூஷண குற்றச் சாட்டு ஒருபுறம், ரோமைக்கு எதிராக கலகமும்,

புரட்சியும் செய்தான் என்ற தேச துரோகக் குற்றச் சாட்டு மறுபுறம், இப்படி சட்டக் கயிறு அவன் கழுத்தில் இறுக வேண்டும்.

அன்னாஸ்:-

ஆம், ரோமை சாம்ராஜ்யத்துக்கே இவனால் ஆபத்து என்று யூதேயா கவர்னரை நம்ப வைப்போம். அவன் மந்தையிலே உள்ள செம்மறி ஆடுகளை மயங்கித் தூங்க வைப்போம். மந்தையைக் காக்கும் ஆயனை சிலுவையிலே தொங்க வைப்போம்.

திரை

காட்சி - 10

இடம்:- யெருசலேம் பட்டணத்தின் ஒரு வீதி

பாத்திரங்கள்:- யூதாஸ், சீமோன்[தீவிரவாதி], தாமஸ், பிலிப்பு, பரிசேயர்கள், மற்றும் சில மக்கள்

[யேசு யெருசலேம் பட்டணத்துக்குள் ஆரவாரமாக அழைத்து வரப்பட்ட போது எழுந்த ஒலியும், 'ஓசான்னா, தாவீதின் புதல்வனுக்கு ஓசான்னா' என்ற பாடலும் பின்னணியில் கேட்கிறது]

பிலிப்பு:-

யேசுவின் உறவினர்களும், சகோதரர்களும் என்னிடம் சொன்ன சில ரகசியத் தகவல்கள், யேசுவின் பாதுகாப்பு பற்றி என்னைக் கவலை கொள்ளச் செய்துள்ளது.

சீமோன்:-

பாஸ்கா பண்டிகை நேரத்தில் ஏதாவது அசம்பாவிதம் நடந்தால், நம்மால் எதுவும் செய்ய முடியாது. கலிலேயாவைச் சேர்ந்த நமக்கு இந்த யேருசலேம் பட்டணத்தில், முக்கியப் பிரமுகர்களின் அறிமுகம் கூட இல்லை.

தாமஸ்:-

ஆலய நிர்வாகத்தினர் ரகசியமாக ஏதோ திட்டங்கள் வகுத்திருப்பதாக மக்கள் சொல்கிறார்கள். ஏற்கனவே

பண்டிகையின் பரபரப்பு பட்டணத்தின் வீதிகளில் தெரிகிறது. எங்கு பார்த்தாலும் மக்கள் கூட்டம். சுத்தீகரிப்பு சடங்கினைச் செய்து முடிக்க யெருசலேம் ஆலயம் நோக்கி மக்கள் சென்று கொண்டிருக்கிறார்கள். ரோமை வீரர்களின் அணிவகுப்பு, ஏதோ விபரீதம் நடக்க இருக்கிறதோ என்ற அச்சத்தை ஏற்படுத்துகிறது.

யூதாஸ்:-

கலிலேயாவைச் சேர்ந்த உங்களுக்கு எதைப்பார்த்தாலும் அச்சம். இது உங்கள் அறியாமையின் உச்சம். எத்தனை முறை இதற்காக போதகர் உங்களைக் கண்டித்திருக்கிறார். பெரிய குருக்களையும், ரோமை வீரர்களையும் கண்டு ஏன் நடுங்குகிறீர்கள்.

பண்டிகை நேரத்தில் சட்டம் ஒழுங்கைக் காப்பாற்றித் தங்களின் அதிகாரத்தையும் ஆட்சியையும் தக்க வைக்கவே அவர்கள் போராடுகிறார்கள்.

நான் அவ்வப்போது ஆலயக்குழு உறிப்பினர்களை சந்தித்திருக்கிறேன். ஏன், என் கோத்திரத்தைச் சேர்ந்த அரிமத்தையா ஜோசப்பைக் காணச் சென்ற போது, தலைமைக்குரு கைப்பாஸைக் கூட சந்தித்துப் பேசினேன். சமாரியர்களுக்காகவும், ஒடுக்கப்பட்டோருக்கும் சவ அடக்கம் செய்யும் சுமித்தேரியாக நான் மாற்ற விரும்பும் குயவன் தோட்டத்தை வாங்க பண உதவி கூட கைப்பாஸ் செய்திருக்கிறார். யேசு பண்டிகைக்கு வருவாரா என்று ஆர்வமாகக் கேட்டார்.

இருந்தாலும், தலைமைக்குரு கைப்பாசின் மனதில் ஏதோ கபடம் இருப்பதாக எனக்குப் பட்டது. ஆனால் நிச்சயமாக அந்த மனிதர் மேல் எனக்கு எந்த அச்சமும் இல்லை.

பிலிப்பு:-

சில கிரேக்கர்கள் யேசுவைத்தேடி என்னிடம் வந்து விசாரித்தார்கள். நான் ஆன்ட்ரூவிடம் சொல்ல, நாங்கள் நம் போதகரிடமே சொன்னோம். அவரோ, பதிலாக 'என் நேரம் நெருங்கி விட்டது' என்று சொன்னார். அதன் பொருள் எனக்குப் புரியவேயில்லை.

யூதாஸ்:-

யேசுவை எச்சரித்த சீமோன் பேதுரு வாங்கிகட்டிக் கொண்டது, உங்களுக்கு மறந்து விட்டதா என்ன? 'போ அப்பாலே சாத்தானே, உனது எண்ணங்கள் பாதாளதிலிருந்து வருகின்றன' என்ற நம் போதகரின் வார்த்தைகள் நினைவிருக்கட்டும்.

போதகர் மேல் வைத்திருக்கும் அக்கறையாலும், பாசத்தாலும், அவரைப் பாதுகாக்க எவனோடும் மோதி விட, பேதுரு தயாராக இருக்கிறார்.

ஆனால், யேசுவின் சிந்தனைகள் வானத்திருந்தும், அவரது வானகத் தந்தையிடமிருந்தும் வருகின்றன. எனவே தான் நமது அச்சம், பாதுகப்பு உணர்வு, மற்ற உலக மயமான எண்ணங்களெல்லாம் பாதாளத்திலிருந்தும், சாத்தானிடமிருந்தும் வருவதாக, அவர் சொல்கிறார்.

யேசுவால் தன்னை மட்டுமல்ல, நம் அத்தனை பேரையும் பாதுகாத்துக் கொள்ள முடியும் என்று உறுதியாக நான் நம்புகிறேன். எனவே, நான் பண்டிகை காலத்தில் ஏழைகளுக்கு உதவிகள் செய்ய, பணம் திரட்டும் பணியில் தான் கவனம் செலுத்துகிறேன்.

சீமோன்:-

யூதாஸ், உன் பணம் திரட்டும் பணி, உன்னை ஏதாவது சிக்கலில் மாட்டி விடப் போகிறது. ஏழைகளுக்கு உதவி செய்யும் உன் நோக்கத்தை நீ சொன்னாலும், உனக்காகவே

நீ பணம் திரட்டுவதாக ஒரு குற்றச் சாட்டு உள்ளது. கவனமாக இரு.

யூதாஸ்:-

பிறர் என்னைப்பற்றி என்ன சொல்கிறார்கள் என்பது பற்றி எனக்குக் கவலையில்லை. கடவுள் சித்தப்படி என் பணியை நிறைவேற்றுவேன். என் பணிக்காக என் உயிரை வேண்டுமானாலும் நான் அர்ப்பணம் செய்வேன். என் போதகர் யேசுவுக்காகவும், அவரது போதனைகளுக்காகவும், என் உயிரைக் கொடுக்கவும் தயங்க மாட்டேன்.

தாமஸ்:-

ஏன்..நாங்கள் மட்டும் தயங்கவா போகிறோம். இல்லை. யேசுவே நமது வாழ்வும் ஒளியும். அவரைத் தாண்டி எந்த இருட்டு சக்தியும் நம்மை அழிவுக்கு இழுத்துச் செல்ல முடியாது.

[பின்னணியில், 'ஓசான்னா, தாவீதின் புதல்வனுக்கு ஓசான்னா, உன்னதத்தில் ஓசன்னா' என்ற ஒலி கேட்டுக் கொண்டிருக்க....சற்று தூரத்தில்...]

பரிசேயன்:- [இன்னொருவனிடம்]

பார், எவ்வளவு இரைச்சலாக ஓலமிடுகிறார்கள். இந்த மக்கள் மௌனமாக இருந்தாலும் யெருசலேம் நகரத்து கற்கள் கூட எழுந்து துதி பாடும் என்று அந்த போதகரே நம்மிடம் சொல்கிறார்.

உடனே தலைமைக் குருவிடம் இங்கு நடப்பதைச் சொல்ல வேண்டும்.

[போகிறர்கள்]

திரை

காட்சி - 11

இடம்:- யெருசலெம் தேவாலயம்

பாத்திரங்கள்:- யேசு, அவரது சீடர்கள், மார்த்தா, மரியா, மதலேன் மேரி, ஜோசையா, அன்னாஸ், வேத ஆசிரியர்கள், பெரிய குருக்கள், காவலர்கள், மக்கள்

[யேசு யெருசலேம் தேவாலயத்துக்குள் நுழைந்து அங்கிருந்த வியாபாரிகளையும், பணமாற்று செய்பவர்களையும் வெளியே துரத்தியடிக்கிறார். ஆலய வளாகத்தில் பரபரப்பு நிலவுகிறது]

யேசு:-

வேத புத்தகத்தில் எழுதப்பட்டிருக்கிறது. எனது ஆலயம் ஒரு ஜெபக்கூடமென்று. ஆனால் நீங்களோ தேவனது ஆலயத்தை திருடர்கள் கூடாரமாக மாற்றிக் கொண்டிருக்கிறீர்கள்.

[யேசுவோடு வந்தவர்கள் தவிர, இதர மக்களும் சில நோயாளிகளைக் கொண்டு வர, யேசு அவர்களைத் தொட்டு ஜெபித்து குணமாக்குகிறார். அங்கிருந்த குழந்தைகள் யேசுவைத் துதி பாடுகிறார்கள்]

குழந்தைகள்:-

தாவீது மகனே, உம்மைத் துதிக்கிறோம்.

[பெரிய குரு அன்னாஸ், மூப்பர் ஜோசையா, மற்றும் சில வேத ஆசிரியர்கள் வருகிறார்கள்]

ஜோசையா:-

இந்தக் குழந்தைகள் என்ன சொல்கிறார்கள் என்று கேட்கிறதா உமக்கு?

யேசு:-

நிச்சயமாகக் கேட்கிறது. நீங்கள் வேத புத்தகத்தில் படித்ததில்லையா? பாராட்டுரை கூற நீங்கள் குழந்தைகளையும் பச்சிளம் பாலகர்களையும் பழக்கியிருக்கிறீர்கள்.

அன்னாஸ்:-

இந்த ஆலயத்தில் இப்படி நடந்து கொள்ள உமக்கு என்ன அதிகாரம் இருக்கிறது? உமக்கு இந்த அதிகாரத்தைக் கொடுத்தது யார்?

யேசு:-

உங்கள் கேள்விக்கு பதில் சொல்வதற்கு முன்னால், எனது ஒரு கேள்விக்கு நீங்கள் பதில் சொல்லுங்கள். சரியான பதிலை நீங்கள் சொன்னால், நானும் எனக்கு எங்கிருந்து அதிகாரம் வந்தது என்பதைச் சொல்கிறேன்.

யோவானுக்குத் திருமுழுக்கு கொடுக்கும் அதிகாரம் எங்கிருந்து வந்தது? கடவுளிடமிருந்தா அல்லது மனிதர்களிடமிருந்தா?

[சில நோயாளிகள் யேசுவை நெருங்க யேசு அவர்களைத் தொட்டு குணமாக்குகிறார்]

ஜோசையா:-

[அன்னாஸைத் தனியே அழைத்து]

பெரிய குருவே கவனம். என்னை ஒருமுறை சிக்கலில் மாட்ட வைத்து விட்டான் இந்த மனிதன். இந்த மக்கள் கூட்டத்தில் நாம் அவமானப்பட்டு விடக்கூடாது.

அன்னாஸ்:-

மூப்பரே, நீரே சொல்லும். என்ன பதில் சொல்லலாம்?

ஜோசையா:-

நாம் கடவுளிடமிருந்து வந்தது என்று சொன்னால், பின்பு ஏன் நீங்கள் யோவானை நம்பவில்லை என்று கேட்பான்.

அன்னாஸ்:-

சரி, மனிதர்களிடமிருந்து என்று சொன்னால்?

ஜோசையா:-

பாரும் இந்த மக்கள் கூட்டத்தை. அத்தனை பேரும் பாவிகள். வேசிகளும், வரிதண்டுவோரும், தீவிரவாதிகளும் நிறைந்திருக்கிறார்கள். யோவானை பெரிய இறைவாக்கினராக நம்பும் இவர்களின் கோபம் நம்மீது திரும்பும்.

வேத ஆசிரியர்:-

அப்படியானால், எந்தப் பதிலும் சொல்லாமல் மௌனமாக இருப்பதே நல்லது.

[அன்னாஸை யேசு ஏறெடுத்துப் பார்க்கிறார்]

அன்னாஸ்:-

யோவானுக்கு எங்கிருந்து அதிகாரம் வந்தது என்று எங்களுக்குத் தெரியாது.

யேசு:-

அப்படியானால், நானும் எந்த அதிகாரத்தில் இதைச் செய்கிறேன் என்று உங்களுக்குச் சொல்லப் போவதில்லை.

திருமுழுக்கு யோவான் உங்களிடையே வந்து சரியான பாதையைக் காட்டினார். நீங்களோ அவரை நம்பவில்லை. ஆனால் நீங்கள் வேசிகள், பாவிகள் என்று இகழ்ந்து பேசும் இந்த எளிய மக்கள் அவரை முழுமையாக நம்பினார்கள்.

எனவே, நான் உங்களுக்குச் சொல்கிறேன்.

இவர்கள் அனைவரும் உங்களுக்கு முன்பாக தேவராஜ்யத்தில் பிரவேசிக்கத் தகுதி உள்ளவர்கள். வேத புத்தகத்தில் நீங்கள் வாசித்ததில்லையா?

கட்டுபவர்கள் புறம்பே ஒதுக்கித் தள்ளிய கல்லே, கட்டிடத்தைத் தாங்கும் மூலைக்கல்லாகும்.

ஏனெனில் இவையனைத்தும் இறைவனால் நடந்தேறுகிறது.

நான் உங்களுக்குச் சொல்கிறேன்.

தேவ ராஜியம் உங்களிடமிருந்து பறிக்கப் பட்டு, நல்ல கனிகளை உருவாக்கும் இந்த சாதாரண மனிதர்களிடம் கொடுக்கப் படும்.

[யேசு வெளியேற, அவரது சீடர்களும் மக்களும் அவரைப் பின் தொடர்கிறார்கள்]

ஆலயக் காவலன்:-

பெரிய குருவே, ஆணையிடுங்கள். இந்த மனிதனை இப்போதேக் கைது செய்கிறோம்.

அன்னாஸ்:-

வேண்டாம். பார் அந்த மக்கள் கூட்டத்தை. அத்தனை பேரும் கலிலேயாவைச் சேர்ந்த அவனது ஆதரவாளர்கள்.

இப்போது இவனைக் கைது செய்தால் பெரிய கலகம் ஏற்பட்டுவிடும். இவர்கள் நமது அதிகாரத்துக்கு சவால் விடுவார்கள். இவனைத் தனிமைப் படுத்தி, ரகசியமாகவேக் கைது செய்ய வேண்டும்.

திரை

காட்சி - 12

இடம்:- பிலாத்து அரண்மனை

பாத்திரங்கள்:- கவர்னர் பிலாத்து, நூற்றுவர் தலைவர் கொரிய்லானஸ், ப்ளேவியஸ், அதிகாரிகள், கைப்பாஸ், அன்னாஸ், ஜோசையா மற்றும் காவலர்கள்

[கவர்னர் பிலாத்து பாஸ்கா பண்டிகையை முன்னிட்டு யெருசலெம் நகரத்தில் செய்யப்பட்டுள்ள பாதுகாப்பு ஏற்பாடுகள் பற்றி, அதிகாரிகளிடம் ஆலோசனை செய்து கொண்டிருக்கிறார். தலைமைக் குரு யேசுவைக் கைது செய்ய ரோமைப் படை வீர்ர்களை அனுப்ப வேண்டி கவர்னரை சந்திக்க வருகிறார்]

கொரியலானஸ்:-

இரண்டு முழுப் படையணியை பாதுகாப்பு பணிக்காக ஒதுக்கியுள்ளோம். மூன்று படைதலைவர்கள் ரோந்துப் பணிகளைக் கண்காணிப்பார்கள். நகரத்தின் அத்தனை வாயில்களிலும் பாதுகாப்பு போடப்பட்டுள்ளது. ஏதாவது சிறிய அசம்பாவிதம் நடந்தாலும் கடுமையான நடவடிக்கை எடுக்க ஆணை பிறப்பிக்கப் பட்டுள்ளது.

பிலாத்து:-

படை வீர்ர்களுக்கு யூத மத சடங்குகள் பற்றிய எல்லா தகவல்களும் தெரிவிக்கப் பட வேண்டும். தவறினால், நமது வீர்ர்கள் சில யூத குல கொலாகல சடங்குகளைக் கூடக் கலகம் என்று நினைத்து விடப் போகிறார்கள்.

ப்ளேவியஸ்:-

தேவையான அனைத்துத் தகவல்களும் வீரர்களுக்குக் கொடுக்கப்பட்டுள்ளது. யூதேயா, கலிலேயா, சிரியாவின் அனைத்து பகுதிகளிருந்தும் ஏராளமான மக்கள் யேருசலேம் வந்து கொண்டிருக்கிறார்கள். யெருசலேம் தேவாலயம் நிரம்பி வழிகிறது. ஏற்கனவே, பக்தர்கள் சுத்தீகரிப்பு சடங்குகளைத் தொடங்கி விட்டார்கள்.

பிலாத்து:-

ப்ளேவியஸ், அவர்கள் பிரார்த்தனையோ, கீர்த்தனையோ செய்யட்டும். அதுபற்றி நமக்கு அக்கறையில்லை. ஆனால், அவர்களது ஆச்சாரமோ சடங்குகளோ ஆலயத்துக்கு உள்ளேயே நடக்க வேண்டும். நகரத்து வீதிகளில் பரவி அமைதிக்கும், ஒழுங்குக்கும் அச்சுறுத்தலாகக் கூடாது. கவனம்.

[காவலர் ஒருவர் உள்ளே வருகிறார்]

காவலர்:-

ரோமை சாம்ராஜ்யம் வாழ்க! தலைமைக்குரு கைப்பாஸ் உங்களைக் காண காத்திருக்கிறார்.

பிலாத்து:-

உள்ளே வரச்சொல்.

தகுதியில்லாத கீர்த்திக்காக தன் பாரம்பரிய நேர்த்தியால் தன்னை உயர்த்திக் கொள்கிறான் இந்தத் தலைமைக் குரு.

[தலைமைக்குரு கைப்பாஸ், பெரிய குரு அன்னாஸ், மூப்பர் ஜோசையா உள்ளே வர...]

வாரும் தலைமைக்குருவே, என்ன செய்தி?

பண்டிகை காலத்தில், உமக்கு என் அரண்மனையை விட ஆலயத்தில் தான் அதிக வேலை இருக்கும் என்று நினைத்தேன்.

கைப்பாஸ்:-

ஆலயத்தில் நுழைந்து கலகம் செய்யும் சில கிளர்ச்சியாளர்கள் பற்றிச் சொல்லவே அவசரமாக வந்திருக்கிறேன். ரோமை சாம்ராஜ்யத்துக்கு எதிரான போராளிகளுக்கு எம் ஆலயம் ஒரு பாதுகாப்புக் கூடாரமாக மாறிவிடக்கூடாது என்ற அக்கரையோடு வந்திருக்கிறேன்.

பிலாத்து:-

நீர் பேசுவது ஆலயத்தில் நடந்தது பற்றியா, நடக்கப் போவது பற்றியா அல்லது நடந்து கொண்டிருப்பது பற்றியா என்பது எனக்குத் தெரியாது. எதுவாக இருந்தாலும் ரோமைக்கு எதிரான எவரையும் அடக்கும் வலிமை உண்டு எமக்கு. தெளிவாகச் சொல்லும்.

கைப்பாஸ்:-

ஒரு கிளர்ச்சிக் கும்பலை அடக்க உங்களை நாடி வந்திருக்கிறேன். அவர்கள் கலிலேயாவில் தொடங்கி, கபர்நாஹூம் கடந்து, இப்போது யெருசலேம் பட்டணத்துக்குள் நுழைந்து விட்டார்கள். அவர்களுக்கு யேசு என்ற பெயரில் ஒரு தலைவன் இருக்கிறான். கலிலேயாவைச் சேர்ந்த ஒரு கலகக்கும்பலோடு எங்கள் ஆலயத்துக்குள் நுழைந்து விட்டான்.

பிலாத்து:-

ஆனால், அவன் புதுமைகள் செய்து, நோயாளிகளைக் குணமாக்குவதாகவும், ஏழைகளுக்கு உதவி செய்வதாகவும் தானே நான் கேள்விப் பட்டேன். உங்கள் மக்கள் பலர்

அவனை ஒரு இறைவாக்கினர் என்று நம்புவதும் பின்செல்வதும் உண்மையா, இல்லையா?

கைப்பாஸ்:-

ஆளுனரே, சில உதவாக்கரை பாவிகள் தான் அவனை நம்புகிறார்கள். உயர்குடி யூத மக்கள் யாரும் அவனை நம்பவில்லை. தான் கடவுளிடமிருந்து வந்ததாக அவன் சொல்கிறான். தான் இறைமகன் என்று தன்னை அறிவிக்கிறான். தானே யூத குலத்துக்கு வர இருந்த மெஸியா என்று தெய்வ பழிச்சொல் பேசுகிறான். தன்னைக் கடவுள் என்று சொல்லும் எவனும் கொல்லப் பட வேண்டும் என்பது எங்கள் மோயிசன் சட்டம்.

பிலாத்து:-

அவனும் உங்கள் யூத குலத்தைச் சார்ந்தவன் தானே. அவன் தன்னை மெஸியா, தேவ குமாரன் என்று அறிவிப்பதும், அதை நீங்கள் எதிர்ப்பதும் உங்கள் யூத மத விவகாரம். அதற்கும் எனக்கும் என்ன சம்பந்தம்?

நான் யூதேயா தேசத்துக்கு ரோமை அரசால் நியமிக்கப் பட்ட ஆட்சியாளன். உங்கள் யூத மதத் தர்க்கங்களைத் தீர்க்கும் நியாய அதிகாரியல்ல. உங்கள் மத சட்டங்களை அவன் மீறியிருந்தால், மோயிசன் சட்டப்படி அவனைக் கல்லெறிந்து கொல்வதோ, கடவுளாகக் கொண்டாடுவதோ உங்கள் விருப்பம். இதில் எனக்கு எந்தத் தொடர்பும் இல்லை. இதில் என்னை ஏன் தொந்தரவு செய்கிறீர்கள்?

அன்னாஸ்:-

காரணம் இருக்கிறது ஆளுனரே. உங்களைத் தொந்தரவு செய்யக் காரணம் இருக்கிறது. அவன் தன்னை அரசன் என்று சொல்கிறான். தன்னை அரசன் என்று சொல்லும்

ஒருவன் ரோமை சக்கரவர்த்தி சீஸருக்கு எதிராகக் கிளர்ச்சி செய்யும் போராளி என்று தானே அர்த்தம்.

எங்களைப் பொறுத்தவரை எங்களது சக்கரவர்த்தி சீஸர் ஒருவர் தான். அந்த அடிப்படையில் இவன் ரோமை அரசுக்கு எதிரானவன் தானே.

பிலாத்து:-

நீங்கள் சொல்வதெல்லாம் உண்மையா?

ஜோசையா:-

ஆம், அவன் ரோமை சாம்ராஜ்யத்துக்கு எதிராகக் கிளர்ச்சி செய்ய மக்களைத் தூண்டுகிறான். சீஸருக்கு வரி செலுத்த வேண்டாம் என்று மக்களிடம் பகிரங்கமாகச் சொல்கிறான்.

கைப்பாஸ்:-

இப்போது தன் கிளர்ச்சிக்காக யெருசலேம் தேவாலயத்தையே பயன் படுத்தத் திட்டமிட்டுள்ளான். பண்டிகை நேரத்தில் மக்களை திசை திருப்பி ரோமை அரசுக்கு எதிராகக் கலகம் செய்யும் திட்டத்தோடு யெருசலேம் பட்டணத்திலேயே தங்கியிருக்கிறான். அவனைத் தடுக்காவிட்டால் யெருசலேம் நகரத்தில் பெரிய கலவரம் ஏற்பட்டு ரோமை அரசுக்கு அச்சுறுத்தல் ஏற்படும். அதனால் தான் அவனைக் கைது செய்து விசாரிக்க உங்கள் உதவியை நாடி வந்திருக்கிறோம்.

அன்னாஸ்:-

இவனது கிளர்ச்சியைத் தடுக்க வேண்டியது யூதேயாவை ஆட்சி செய்யும் ரோமை ஆளுனரின் கடமையல்லவா. நீர் இதில் தலையிடாவிட்டால், நீர் சக்கரவர்த்தி சீஸரின்

நண்பர் இல்லையோ என்று மக்கள் நினைக்கத் தொடங்கி விடுவார்கள்.

பிலாத்து:-

என்னைப் பொறுத்தவரை, வேதம் அறிந்த இறைதூதனோ, ஒன்றும் அறியாத மூடனோ எவனாக இருந்தாலும், சக்கரவர்த்தி சீஸருக்கோ, ரோமை அரசுக்கோ எதிராக எழுந்தால், அவன் அழிக்கப்பட வேண்டியவன் தான். ம்ம்.. சரி..நான் உங்களுக்கு என்ன செய்ய வேண்டும்.

கைப்பாஸ்:-

அந்த யேசுவைக் கைது செய்யச் செல்லும் எங்கள் ஆலயக் காவலர்களோடு, உங்கள் ரோமைப் படை வீரர்களை அனுப்பி வைக்க வேண்டும்.

பிலாத்து:-

அப்படியே ஆகட்டும். எங்களது படைத்தலைவர் உங்களுக்கு வேண்டியதைச் செய்வார். ஆனால் ஒன்று நினைவிருக்கட்டும். அவன் மீது நீங்கள் சொல்லும் குற்றச் சாட்டுகளை சாட்சியங்களோடு நீங்கள் நிரூபிக்க வேண்டும். அது தான் ரோமானிய சட்டம்.

கைப்பாஸ்:-

ஆளுனரே, அவனை உங்கள் முன் ஒப்படைக்கும் போது, அவன் குற்றவாளி என்பதை எங்கள் மக்களே நிரூபணம் செய்வார்கள்.

தலைமைக்குருவும் அவரது கூட்டாளிகளும் வெளியேற...

கொரியலானஸ்:-

ஆட்சியாளரே, அந்த யேசு உண்மையிலேயே ஒரு இறைவாக்கினர் தான். இவர்கள் அவர் மீது கொண்ட

காழ்ப்புணர்ச்சியால், ரோமைக்கு எதிரான கிளர்ச்சி, கலகம் என்று விசித்திரமான குற்றச் சாட்டுகளைச் சொல்கிறார்கள்.

பிலாத்து:-

இருக்கலாம். உண்மை உணர்வுகளை விட, ரோமைப் பேரரசுக்கு ஆதரவான உறுதியான முடிவுகளே என்னை வலிமையான ஒரு அதிகாரியாக அடையாளம் காட்டும். உண்மையை உறுதிப் படுத்த கடுமையும், ஏன் சில கொடுமைகளும் செய்வது ஆட்சி முறையின் வித்தகம் தான்.

திரை

காட்சி - 13

இடம்:- பெத்தானியா- லாசரின் வீடு

பாத்திரங்கள்:- யேசு, லாசர், மார்த்தா, மரியா, மதலேன் மேரி, யூதாஸ், சீடர்கள், மக்கள்

[யேசு லாசர் மற்றும் சீடர்களோடு பந்தியில் அமர்ந்திருக்கிறார். மார்த்தா, மரியா ஆகியோர் உணவு பரிமாற, மதலேன் மேரி விலை உயர்ந்த வாசனைத் தைலத்தை யேசுவின் பாதங்களில் பூசி, தன் கூந்தலால் துடைக்கிறாள்]

மக்கள்:-

[முணு முணுப்பு] விலை உயர்ந்த தைலத்தை இப்படி வீணாக்குவது ஏன்?

யூதாஸ்:-

மேரி, இந்த தைலத்தை நீ விலைக்குக் கொடுத்திருக்கலாமே. முன்னூறு வெள்ளிக்காசுகளுக்கு மேல் கிடைக்கும். அந்த பணத்தை ஏழைகளுக்குக் கொடுத்து உதவியிருக்கலாம்.

யேசு:-

அவளைத் தொந்தரவு செய்யாதீர்கள். உங்கள் மத்தியில் ஏழைகள் எப்போதும் இருப்பார்கள். ஆனால், நான் எப்போதும் இருக்க மாட்டேன். மேரி எனக்காக ஒரு அழகிய பணியை தேவையின் நிமித்தம் செய்து

கொண்டிருக்கிறாள். அடக்கம் செய்யப் படுவதற்கு முன்பாக வாசனைத் திரவங்கள் பூசி, என் உடலை அவள் தயார் செய்கிறாள்.

பிலிப்பு:-

போதகரே, அரசன் ஏரோது உங்களைத் தேடுவதாகச் சொல்கிறார்கள். அவன் கொடூரமானவன். நாம் இங்கிருந்து வேறு எங்காவது சென்று விடுவோம்.

யேசு:-

நான் இன்றும் நாளையும் தீய ஆவிகளை விரட்டவும், நோயாளிகளைக் குணமாக்கவும் செய்கிறேன் என்று அந்த நரியிடம் சொல்லச் சொல்லுங்கள். இருந்தாலும் நாம் யெருசலேம் செல்ல வேண்டும்.

[எல்லோரும் பசியாறி முடிக்க யேசு லாசரஸ் மற்றும் மார்த்தா, மரியாளோடு பேசிக் கொண்டிருக்க, சீட்ர்கள் சற்று விலகிப் போய்..

தாமஸ்:-

போதகர் பேசுவதன் முழு அர்த்தம் நமக்குப் புரியவில்லை. மரணம் பற்றியும், அடக்கம் செய்வது பற்றியும் பேசுகிறாரே?

யூதாஸ்:-

அவர் வேத புத்தகத்தில் உள்ளதைச் சொல்கிறார். அது உமக்கு எங்கே புரியும். நீர் எப்போதாவது வேத புத்தகத்தைப் படித்திருந்தால் தானே உமக்குப் புரியும்.

சீமோன் பேதுரு:-

யூதாஸ், ஏதோ உனக்கு மட்டுமே போதகரின் வார்த்தைகளும், வேதமும் சரியாகப் புரிகிறது என்று பேசாதே.

ஜேம்ஸ்:-

ஏன், நாம் இதைப் போதகரிடமே கேட்டுத் தெரிந்து கொள்வோமே.

யூதாஸ்:-

நமது விசுவாசம் அவரைப் பின் பற்றுவதில் தான் அடங்கியிருக்கிறது. நமது மூடத்தனமான கேள்விகளால் அவரை எப்போதும் தொந்தரவு செய்வது நல்லதல்ல.

[யேசு நடக்கத் தொடங்க, சீடர்கள் அவரைப் பின் தொடர்கிறார்கள்...

யேசு:-

நான் சொல்வதைக் கவனமாகக் கேளுங்கள்.

வேதத்தில் எழுதப் பட்டிருப்பது நடந்தேறியாக வேண்டும். நாம் யெருசலேம் போகிறோம். அங்கே மனுமகன் பெரிய குருக்கள் மற்றும் வேத ஆசிரியர்களிடம் ஒப்படைக்கப் படுவார். அவர்கள் அவரைத் தண்டனைத் தீர்ப்புக்கு உள்ளாக்கி, புற ஜாதியர்களிடம் கையளிப்பார்கள். அவர்களோ அவரைக் கொடுமைப் படுத்தி, கொன்று போடுவார்கள். ஆனாலும் மூன்று தினங்களில் அவர் மரணத்தை வென்று விடுவார்.

தாமஸ்:-

[சீமோனிடம்] ஏதோ பயங்கரம் நடந்து விடுமோ என்ற அச்சமும், சந்தேகமும் என்னை வாட்டுகிறது.

சீமோன் பேதுரு:-

உமக்கு எப்போதுமே சந்தேகம் தான். அதை ஒதுக்கி வையும். நாம் தேவ குமாரனோடு இருக்கிறோம். இவர் தான் யூத குலமே எதிர் பார்த்த மெசியா.

வாழ்ந்தால் அவரோடு வாழ்வோம். செத்தால் அவரோடு செத்து மடிவோம். தைரியமாக வாரும்.

திரை

காட்சி - 14

இடம்:- யெருசலெம், அரிமத்தையா ஜோசப் வீடு

பாத்திரங்கள்:- அரிமத்தையா ஜோசப், யூதாஸ், நிக்கோதேமு, மற்றும் சில பணியாளர்கள்

[அரிமத்தையா ஜோசப்பும் யூதாஸும் பேசிக் கொண்டிருக்கிறார்கள்]

ஜோசப்:-

யூதாஸ், ஏழைகள் மேல் உள்ள உனது அக்கரை நல்லது தான். பண்டிகை காலத்தில் ஏழைகளுக்கு உணவு, உடைகள் கொடுத்து உதவ வேண்டியது தான். வெளிநாட்டினர் மற்றும் சமாரியர் தங்களுக்கென்று ஒரு கல்லறைத் தோட்டம் இல்லாமல் அவதிப் படுவது உண்மை தான். அவர்களுக்கும் உதவ வேண்டியது தான். இருந்தாலும் நீ ஏதோ இரண்டு எஜமானுக்கு ஊழியம் செய்வது போல் எனக்குப் படுகிறது. வானகத் தெய்வத்துக்கும், பூலோக செல்வத்துக்கும் இடையே நீ அல்லாடுவதாகவே எனக்குத் தெரிகிறது.

அன்னாஸ், கைப்பாஸ், ஜோசையா போன்றவர்கள் மக்கள் சேவையை விட, சதி வேலை செய்து அதிகாரத்தில் இருப்பதிலே கை தேர்ந்தவர்கள். அவர்கள் முன்பு திருமுழுக்கு யோவானுக்கு எதிராக செயல் பட்டார்கள். இப்போது யேசுவுக்கு எதிராக செயல் படுகிறார்கள். எனவே தலைமைக் குரு உனது பணிக்காக பண

உதவி செய்திருந்தால், அவன் உன்னை ஏதோ சதியில் மாட்டிவிடப் போகிறான் என்றே எனக்குத் தோன்றுகிறது.

யூதாஸ்:-

எனக்கும் தலைமைக் குரு கைப்பாசின் நச்சு எண்ணம் புரிகிறது. எனது பணிக்காக முப்பது வெள்ளிக் காசுகளைக் கொடுத்த அவர் இன்னும் தேவைப்பட்டால் பண உதவி செய்வதாகச் சொன்னார். ஆனால், அவர் யேசுவைப்பற்றி விசாரிக்கும் போது அவரது கண்களில் சாத்தானின் சாயலைக் கண்டேன். யேசுவை சந்திக்க ஆசைப் படுவதாகச் சொன்ன போது அவரது கண்களில் நரகத்தீ நாளங்களின் பிரதிபலிப்பைப் பார்த்தேன். இருந்தாலும் நான் யேசுவின் உன்னத பணிகள் பற்றிப் பேசிய போது மகிழ்ச்சியாகக் கேட்டது பொலவே எனக்குத் தொன்றியது.

ஜோசப்:-

யூதாஸ், அந்த நரித்தனமான மனிதனிடம் கவனமாக இரு. அவனது உதடுகள் உதிர்க்கும் வார்த்தைகளில் இனிமை இருக்கலாம். ஆனால் அவனது நெஞ்சின் நஞ்சு எண்ணங்கள் வஞ்சனை நிறைந்தது. அவன் சிந்தனையில் நேர்மையோ, செயல் பாட்டில் உண்மையோ இல்லாதவன்.

யூதாஸ்:-

எனது யூதேயா பாரம்பரியத்தைப் புகழ்ந்த போது, அவரது நெஞ்சத்திலே உள்ள நஞ்சு எனக்குத் தென் பட்டது. காரணம் கலிலேயா சீடர்களையும் என்னையும் விஷமத்தனமாக வேறு படுத்திப் பேசினார். கலிலேயா மேல் அவருக்கு இருந்த வெறுப்பு இறுகிய வார்த்தைகளாக வெளியேறின. மன்னன் ஏரோது மற்றும் ஆளுனர் பிலாத்துவின் கூலிப்படைகளால் யேசுக்கு ஆபத்து என்றும், யேசுவுக்கு சீடர்கள் எப்போதும் பாதுகாப்பாக இருக்க வேண்டுமென்றும்

சொன்ன அவரது பொறுப்பான வார்த்தைகளில் வெறுப்பு இருப்பதாக எனக்குப் படவில்லை.

ஜோசப்:-

அப்படிப் பேசுவதிலே தான் அவனது புத்திசாலித்தனம் உள்ளது. உங்கள் போதகருக்கு இதெல்லாம் தெரியுமா யூதாஸ்?

யூதாஸ்:-

போதகர், தனது நேரம் வந்து விட்டது என்று அடிக்கடி சொல்கிறார். மனுமகன் பாவிகளிடம் கையளிக்கப் பட்டு சிலுவையில் அறையப் படுவார் என்கிறார். சீமோன் பேதுருவும் ஏதோ பெரிய மோதல் ஒன்று நடக்கலாம் என்கிறார். சில பயங்கர நிகழ்வுகள் நடக்குமென்று யேசுவே எங்களிடம் சொன்னார்.

சூரியன் ஒளியிழந்து இருண்டு போகும். சந்திரன் மாண்பிழந்து போகும். வானத்து விண்மீன் கள் மண்ணில் விழும். அதன் பின் மகிமையோடும் வல்லமையோடும் மனுமகன் வருவார்...

ஜோசப்:-

இதெற்கெல்லாம் என்ன அர்த்தம்?

யூதாஸ்:-

எங்களுக்கு முழுமையாகத் தெரியவில்லை. ஆனால், வான் தூதர்கள் வந்து அவருக்கு உதவி செய்வார்கள் என்று நான் நினைக்கிறேன். அவரே மெசியா என்று நான் முழுமையாக நம்புகிறேன். என்னதான் நடந்தாலும் அதையெல்லாம் கடந்து வெற்றிபெறும் வல்லமை அவருக்கு நிச்சயமாக உண்டு.

[இப்போது நிக்கேதேமு உள்ளே வருகிறார்...

நிக்கேதேமு:-

தலைமைக்குரு யேசுவைக் கைது செய்ய ரகசிய ஆணை பிறப்பித்துள்ளார். கலகம், கொலை இவற்றுக்காக காவலில் இருக்கும் பரபாஸின் விடுதலைக்கு உத்தரவாதம் கொடுத்து, சில தீவிரவாதிகளை கூலிப்படைகளாக தன் பக்கம் சேர்த்துள்ளார். கிளர்ச்சிகளைச் செய்ய சில சமூக விரோதிகளை ஏற்பாடு செய்துள்ளாராம். அதே நேரம், யேசுதான் கிளர்ச்சியைத் தூண்டிவிடுகிறார் என்று கவர்னர் பிலாத்துவிடம் புகார் செய்துள்ளார். யேசுவின் வார்த்தைகளைத் திரித்து, மக்களை அவருக்கு எதிராகத் திருப்பும் முயற்சியை சில பரிசேயர்களும், வேத ஆசிரியர்களும் தொடங்கியிருக்கிறார்கள்.

ஜோசப்:-

ஆலய நிர்வாகக் குழுவை அவசரமாக கூட்டப் போவதாகவும் எனக்குத் தகவல் வந்திருக்கிறது.

நிக்கொதேமு:-

உண்மை தான். எல்லா கவுன்சில் உறுப்பினர்களுக்கும் தகவல் அனுப்பியிருக்கிறார்கள். யேசுவுக்கு ஆதரவாக யாராவது செயல் பட்டால், யூத குலத்திலிருந்து அவர்கள் விலக்கி வைக்கப் படுவார்கள் என்று அறிவிப்பு செய்யப் பட்டுள்ளது. யேசுவை எங்கு பார்த்தாலும் உடனே நிர்வாகத்துக்கு தகவல் சொல்ல வேண்டுமாம்.

ஜோசப்:

யூதாஸ், எங்கே இருக்கிறார் யேசு?

யூதாஸ்:-

அவர் யெருசலேமில் தான் இருக்கிறார். பகிரங்கமாக ஆலயத்திலே போதிக்கிறார். நோயாளிகளைக்

குணமாக்குகிறார். இவர்களது சதியும், ரகசியங்களும் அவருக்கு நன்றாகத் தெரியும். வேத புத்தக வார்த்தைகளின் அர்த்தம் அவருக்கு நன்றாகத் தெரியும். இந்த மடையர்களுக்கு தேவ குமாரன் தன் சக்தியையும், கீர்த்தியையும் நிச்சயமாகக் காட்டுவார்.

நிக்கோதேமு:-

யூதாஸ், உங்களுக்கெல்லாம் அச்சமாக இல்லையா? ரோமானியர்கள், ஏரோதியர்கள், தீவிரவாதிகள், பரிசேயர்கள், சதுசேயர்கள், ஆலய நிர்வாகத்தின் கூலிப் படைகள் அத்தனை பேரும் யேசுவுக்கு எதிராக.....

யூதாஸ்:-

எத்தனை பேர் வேண்டுமானாலும் கைப்பாஸுக்கு ஆதரவாக வரட்டும். கடவுளுக்கு எதிராக, அவரது சித்தத்தைக் கடந்து, அவரது ஒரே மகனை என்ன செய்து விட முடியும் இவர்கள்?

யேசுவால் குணம் பெற்றவர்கள் உண்டு. மரணத்தை வென்று உயிர் பெற்றவர்கள் உண்டு. இந்த வீணர்களை வேரோடு சாய்க்கும் வல்லமையும் அவருக்கு உண்டு.

உலகம் தோடங்கிய நாள் முதல், இந்த மண்ணில் சிந்தப் பட்ட நீதிமான்களின் ரத்தத்திற்கும், ஆபேலில் தொடங்கி சக்கரியா வரை அத்தனை பேரின் கொலைப்பழிக்கும் இவர்கள் பதில் சொல்லியாக வேண்டும். நாசரேத் யேசு ஒரு இறைமகன். அவரது நிழலைக் கூட இவர்களால் நெருங்க முடியாது.

நேரமாகி விட்டது. நான் யேசுவின் பாஸ்கா பந்திக்காக சில ஏற்பாடுகள் செய்ய வேண்டும்.

[யூதாஸ் வெளியேறுகிறான்]

ஜோசப்:-

ஏனோ தெரியவில்லை. ஒளிவெள்ளத்தை இருட்டுத் தணல் விழுங்குவது போன்ற ஒரு உணர்வு எனக்கு. இருட்டுக்கு இளவரசன் சாத்தான். அவனே பூமியில் கைப்பாஸ் உருவத்தில் வந்து விட்டது போல் ஒரு அச்சம். யெருசலேம் தேவாலயத்தை ஆக்கிரமித்த அந்த சாத்தான், இன்று தேவ மைந்தனையே கொலை செய்யத் திட்டமிடுகிறான்.

நிக்கோதேமு:-

தேவராஜியத்திலே பிரவேசிக்க, நாம் மறுபடியும் பிறக்க வேண்டும் என்று ஒருமுறை யேசு என்னிடம் சொன்னார். இஸ்ரயேல் தேசம் மனித குலத்தின் கல்லறைத் தோட்டமாகவும், யெருசலேம் பட்டணம் புதிய தலைமுறையின் கர்ப்பப் பாத்திரமாகவும் மாறிவிடும் காலம் வந்து விட்டது போன்ற ஒரு உணர்வு எனக்கு. ஹூம்..எல்லாம் கடவுளின் சித்தம்.

திரை

காட்சி - 15

இடம்:- யெருசலேம்- ஒரு வீட்டின் மேல்தளம்

பாத்திரங்கள்:- யேசு, அவரது பின்னிரண்டு சீடர்கள்

[யேசு தன் சீடர்களோடு பாஸ்கா உணவைத் தன் கடைசி இராப்போசனமாக சாப்பிடுகிறார். அப்பத்தையும், ரசத்தையும் ஆசிர்வதித்து சீடர்களுக்கு அளிக்கிறார்.]

யேசு:-

நான் இந்த பாஸ்கா விருந்தை உங்களோடு எனது பாடுகளுக்கு முன்பாக கடைசியாக பகிர்ந்துண்ண விரும்பினேன். இனிமேல் என் வானகத் தந்தையின் வீட்டில், புதிய ரசத்தை மட்டுமே உங்களோடு அருந்துவேன். நான் என் தந்தையிடம் செல்ல இருப்பதால், இனியும் உங்களால் என்னைப் பார்க்க இயலாது. இன்னும் சிறிது நேரத்தில் நீங்கள் என்னைக் காண மாட்டீர்கள். எனினும் அதன் பிறகு சிறிது நேரம் கழித்து என்னைக் காண்பீர்கள்.

சீடர்கள்:-

போதகரே, நீர் என்ன சொல்கிறீர் என்று எங்களுக்குப் புரியவில்லை. நீர் கடவுளிடமிருந்தே வந்திருக்கிரீர் என்று நாங்கள் நம்புகிறோம்.

யேசு:-

முன்பு நான் உங்களை நற்செய்தி அறிவிக்க அனுப்பிய போது பணமோ, பையோ, மிதியடியோ எடுத்திச் செல்லாமல் அனுப்பினேன். அப்போது உங்களுக்கு ஏதாவது குறை ஏற்பட்டதா?

சீடர்கள்:-

ஒரு குறையும் ஏற்படவில்லை.

யேசு:-

ஆனால், இப்போது சொல்கிறேன். பணமும் பையும் எடுத்துக் கொள்ளுங்கள். யாரிடமெல்லாம் வாள் இல்லையோ, அவன் தன் மேலாடையை விற்றாவது ஒரு ஆயுதத்தை வாங்கட்டும். வேதத்தில் எழுதப் பட்டுள்ளதை உங்களுக்கு நினைவூட்டுகிறேன். 'அவர் பயங்கர குற்றவாளிகளின் தண்டனையைப் பெற்றார்' என்பது, என் மட்டிலே உண்மையாகப் போகிறது. ஆம், என்னைப் பற்றி எழுதப்பட்டுள்ள அனைத்துமே உண்மைச் சம்பவங்களாக அரங்கேறப் போகிறது.

பிலிப்பு:-

போதகரே, பாருங்கள். எங்களிடம் இரண்டு நீள கத்திகள் இருக்கிறது.

யேசு:-

சீமோன் பேதுரு, நான் சொல்வதைக் கேளும். உங்கள் அனைவரையும் சோதனைக்கு உள்ளாக்கும் அனுமதியைப் பெற்றுவிட்டான் சாத்தான்.

உழவன் நற்கதிர்களையும், பதர்களையும் பிரிப்பது போல் சமூகத்தைப் பிளக்கப் போகிறான் சாத்தான். ஆனாலும், நான் உங்களுக்காக என் வானகத் தந்தையிடம் ஜெபிக்கிறேன்.

[ஜெபிக்கிறார்]

வானகத் தந்தையே,

இவர்கள் அனைவருக்கும் பாதுகாப்பு அரணாக இரும். நான் இவர்களோடு இருந்தபோது, நீர் எனக்களித்த வலிமையால், அனைவரையும் பாதுகாத்தேன். ஒருவரைக்கூட இழக்கவில்லை. இருந்தாலும், வேதத்தில் எழுதப் பட்டிருப்பது நிறைவேற நான் ஒருவரை இழந்தே ஆக வேண்டும். நான் இனிமேல் இந்த உலகத்தில் இருக்கப் போவதில்லை. நான் உம்மிடம் வர இருந்தாலும், இவர்கள் உலகத்திலேயே இருப்பார்கள்.

[சீடர்களிடம்]

நான் சொல்வதை நன்றாகக் கேளுங்கள்.

இன்று இரவே நீங்கள் அனைவரும் என்னை விட்டு விலகிச் செல்வீர்கள். ஆயன் கொல்லப் பட்டு, ஆட்டு மந்தைகள் சிதறடிக்கப்படும் என்ற வேத வாக்கு நிறைவேறும். ஆனாலும், மறுபடியும் நான் எழுந்ததும், உங்களுக்கு முன்பாக யெருசலேமை விட்டு கலிலேயா நோக்கி பயணிப்பேன்.

சீமோன்:-

போதகரே, அத்தனை பேரும் ஓடி விட்டாலும் நான் உம்மை விட்டு ஒரு போதும் அகல மாட்டேன்.

யேசு:-

சீமோன் பேதுரு, நான் உனக்குச் சொல்கிறேன்.

நாளை அதிகாலை ஜெப அழைப்புக்கு முன் நீ என்னை மூன்று முறை மறுதலித்திருப்பாய்.

சீமோன்:-

போதகரே, உமக்காக உயிரை விடுவேனே தவிர, அது போல ஒருபோதும் செய்ய மாட்டேன்.

சீடர்கள் அனைவரும்:-

நாங்களும் உமக்காக உயிரையே விடுவோம். ஒருபோதும் உம்மைவிட்டு அகன்று ஓட மாட்டோம்.

யேசு:-

உங்களில் ஒருவன் என்னைக் காட்டிக் கொடுக்கப் போகிறான்.

[சீடர்கள் ஒவ்வொருவராக....யூதாஸ் உட்பட....

சீடர்:-

போதகரே, நீர் என்னையா சொன்னீர்?

நானா போதகரே அது?

[சீமோன் பேதுரு ஜானிடம்..

சீமோன்:-

போதகர் யாரைக் குறிப்பிடுகிறார் என்று கேள்.

ஜான்:-

குருவே, அதைச் செய்யப் போவது யார்?

யேசு:-

[ஜானிடம் தனியாக..]

நான் இந்த அப்பத்துண்டை கிண்ணத்தில் நனைத்து யாரிடம் கொடுக்கிறேனோ அவன் தான்.

[ஒரு அப்பத்துண்டை எடுத்து யூதாஸிடம் கொடுத்து, அவனிடம் ரகசியமாக ஏதோ பேசுகிறார்]

சீமோன்:-

யூதாஸிடம் தனியாக என்ன பேசுகிறார்?

பிலிப்பு:-

நமக்காக வெளியே போய் ஏதோ வாங்கி வரச் சொல்கிறார்.

தாமஸ்:-

ஒருவேளை, பண்டிகையின் போது ஏழைகளுக்கு ஏதாவது உதவி செய்யச் சொல்லியிருப்பார்.

யேசு:-

[யூதாஸிடம்.....]

ம்ம்...வேகமாகப் போய், நீ நினைப்பதைச் செய்.

[யூதாஸ் வெளியேற...மற்ற சீடர்களை நோக்கி...]

இப்போது கடவுளின் மாட்சி மனுமகன் வழியாக வெளிப்படப் போகிறது.

இப்போது நான் உங்களுக்கு ஒரு புதிய உடன் படிக்கையைக் கொடுக்கிறேன். நான் உங்களை அன்பு செய்தது போல, நீங்களும் ஒருவரை ஒருவர் நிபந்தனையின்றி அன்பு செய்யுங்கள். தன் நண்பனுக்காக உயிரைத் தியாகம் செய்வதை விட மேலான அன்பு உலகத்தில் இல்லை. என் கட்டளையை நிறைவேற்றினால் மட்டுமே நீங்கள் என் நண்பர்கள்.

காட்சி - 15

உங்களுக்கு ஒரு உண்மையைச் சொல்கிறேன்.

இன்னும் சிறிது நேரத்தில் நீங்கள் அழுது புலம்புவீர்கள். ஆனால், இந்த உலகமோ குதூகலிக்கும். ஆனாலும், சிறிது நேரம் கழித்து, உங்கள் துக்கம் சந்தோசமாக மாறும்.

வானகத் தந்தையே,

உமது பிரசன்னத்தில் எனக்கு மாட்சி தாரும். உலகம் தோன்றுவதற்கு முன்பே உம்மோடு நான் அனுபவித்த அதே மாட்சியைத் தாரும்.

[சீடர்களிடம்....]

விழிப்பாக இருங்கள்.

சாத்தானின் சோதனைக்கு உட்பட்டு விடாதீர்கள்.

எனது நேரம் நெருங்கி விட்டது.

[எழுந்து கொண்டே....]

ஜெபியுங்கள்.

ஜெபத்தினால் உங்களைக் காத்துக் கொள்ளுங்கள்.

உள்ளமும், உணர்வும் ஆர்வமாக இருந்தாலும், உடலின் இச்சைகள் உங்களை பலவீனப் படுத்தித் தடைகளை ஏற்படுத்தும்.

திரை

காட்சி - 16

இடம்:- ஜெத்சமனி தோட்டமருகே சாலை

பாத்திரங்கள்:- யூதாஸ், சாத்தான்[லூசிபர்], ஜோசையா, ஆலய காவலர்கள், ரோமைப் படை வீரர்கள், கூலிப்படையினர்

[யூதாஸ் பாஸ்கா விருந்தின் போது யேசு தனக்குக் கொடுத்த அப்பத்துண்டைப் பார்த்தவாரே நடக்கிறான். அந்த அப்பத்துண்டிலிருந்து சாத்தானின் சப்தம் கேட்க யூதாஸ் பதட்டத்தோடு அப்பத்துண்டைக் கீழே போடுகிறான்]

சாத்தான்:- [சப்தம் மட்டும்]

யூதாஸ் இஸ்காரியோத், சீமோனின் மகனே..

யூதாஸ்:-

ஏன் இருட்டிலே ஒளிந்து கொண்டு என்னை அழைக்கிறாய்? இருட்டின் நாயகனே, துணிவிருந்தால் வெளிச்சத்துக்கு வா.

சாத்தான்:-

யூதாஸ், உன் கையிலே இருக்கும் இந்த அப்பத்துண்டு வழியாக என்னை ஏன் வெளியே கொண்டு வந்தாய்?

யூதாஸ்:-

இந்த அப்பத்துண்டு என் பணிக்கு யேசு எனக்களித்த விலை. எனது பலவீனத்திலே நீ இருப்பதை உணர்ந்து இதை என்னிடமே கொடுத்து விட்டார். சாத்தானே, எங்களை சோதனை செய்யும் அதிகாரத்தைக் கடவுள் உனக்கு அளித்துள்ளதை யேசு எங்களிடம் சொல்லி விட்டார்.

ஆம், நெருப்பினால் படைக்கப் பட்ட லூசிபரே, இன்று யேசு தன் உலக அக்னியை என்னிடம் கொடுத்து விட்டார். உன்னோடு நேரடியாக மோதுவதற்கு நான் தயார். என் போதகருக்காக, உன்னோடு நித்திய அக்னிக்குள் பிரவேசிக்கவும் நான் தயார்.

சாத்தான்:-

ஹா ஹா ஹா ஹா..

யூதாஸ், இந்த கடைசி நேரத்துக்காக எத்தனையோ யுகங்கள் நான் காத்திருந்தேன். மூன்று வருடங்களுக்கு முன்பு மூன்று முறை யேசுவை சோதித்துப் பார்த்தேன். ஆனால் தோல்வி அடைந்தேன். கைப்பாசின் கபட நெஞ்சில் கலவரமில்லாமல் குடியிருந்தேன்.

இஸ்ரயேல் மக்கள் மத்தியிலே மறைந்து மறைந்து வாழ்ந்தேன். இத்தனை நாட்களாக எனக்குக் கிடைத்தது தோல்வி. படுதோல்வி. என்னைப் புறக்கணிக்கும் படி உறுதியாகப் போதனை செய்தார் அந்த நாசரேத் யேசு. ஆனால் இப்போது ஹா ஹா ஹா, இப்போது எனது நேரம் வந்து விட்டது. எனது இருளின் ஆட்சி தொடங்கி விட்டது யூதாஸ்.

ஆம், இன்னும் மூன்று தினங்களுக்கு, இந்த உலகமே என் இருண்ட ஆட்சி அதிகாரத்திலே இருக்கப் போகிறது.

உன் பணப்பையிலே எனக்கென்று ஒரு இடம் இருந்ததை யேசு உணர்ந்து விட்டார்.

அதனால் தான் அப்பத்துண்டு வழியாக என்னையும் உன்னோடு வெளியே அனுப்பி விட்டார்.

யேசு அப்பத்தைப் பிட்டு உனக்களித்தது நீ உண்பதற்கு அல்ல யூதாஸ். தனக்கு உலகத்தோடு இருந்த தொடர்பையும், உன்னோடு இருந்த தொடர்பையும் ஒரே நேரத்தில் இந்த அப்பத்துண்டு வழியாகத் துண்டித்து விட்டார்.

தன் மற்ற சீடர்களுக்கும் உனக்கும் இருந்த உறவைத் துண்டித்து உன்னைத் தனிமைப்படுத்தி விட்டார்.

யூதாஸ்:-

இல்லை. எனது குருவுக்கு நான் நல்லவனா கெட்டவனா என்று நன்றாகத் தெரியும்.

தேவ ராஜ்யத்தில் எங்கள் பன்னிரண்டு சீடர்களுக்கும் பன்னிரண்டு சிம்மாசனங்கள் ஒதுக்கப் பட்டு விட்டது.

நிபந்தனையற்ற அன்பு என்னவென்று யேசு எனக்குப் போதனை செய்து விட்டார். நண்பனுக்காக உயிரையேத் தியாகம் செய்வதே உண்மையான அன்பு. அதை நான் உணர்ந்து விட்டேன்.

உலகம் என்னைப் பழிக்கலாம். ஒதுக்கலாம். ஒரு கடைநிலைக் கயவனாகக் காறித் துப்பலாம். ஆனால் கடைசி நாளில் தீர்ப்பு சொல்வார் என் இறைவன்.

சாத்தானே, அன்று தெரியும் இந்த யூதாஸ் யாரென்று.

எனது பணியின் உத்தம சத்தியத்தை அறிய மனிதகுலம் எத்தனையோ கோடி ஜென்மம் எடுக்க வேண்டும்.

காட்சி - 16 95

சாத்தான்:-

யூதாஸ், உன் பணியின் சத்தியத்தை மனிதர்கள் அறிய விடாமல், நித்திய இருட்டுப் போர்வையால் அவர்களைக் குருடாக்குவேன். தேவ குமாரன் யேசுவின் மீட்புப் பணியை என் இருட்டு சக்தியால் இல்லாமல் செய்வேன்.

யூதாஸ்:-

சாத்தானே, உனக்குத் தரப்பட்டிருப்பது வெறும் மூன்று நாள் ஆட்சி தான்.

சாத்தான்:-

உண்மைதான். ஆனால், இந்த மூன்று நாட்களில் நான் உலகத்தில் அரங்கேற்றும் அலங்கோலங்களை சரி செய்ய மனித குலம் தலைமுறைத் தலைமுறையாகப் போராட வேண்டி வரும். உலகத்துப் படைப்புகளால் என்னை எந்த நிலையிலும் அழிக்க முடியாது.

கடவுளுக்கு நான் பயப்படுகிறேன். ஆனால், இறைமகன் யேசு மண்ணில் பிறந்த மனிதன். அந்த மனிதனை, அவனது வானகத் தந்தை இப்போது என்னிடம் கையளித்து விட்டு, முகத்தைத் திருப்பிக் கொண்டார்.

ஹா ஹா ஹா இனிமேல் மூன்று தினங்கள் இந்த உலகத்துக்கு நானே சர்வேசுரன்.

பார் அங்கே, நரகத்தின் இருட்டு நாகம் உலக வெளிச்சத்தை விழுங்குகிறது.

நரகத்தின் அக்கினி நாளம் பூமியின் அத்தனை ஈரத்தையும் உறுஞ்சுகிறது.

[ஜோசையா, பரிசேயர்கள், காவலர்கள், ரோமைப் படை வீரர்கள், கூலிப்படையினர் அடங்கிய கூட்டம் கம்பு தடிகளோடு யூதாஸை நெருங்குகிறது]

ஜோசையா:-

சீடனே, எங்கே அந்த மனிதன்? உனது போதகர், நாசரேத் யேசு.

யூதாஸ்:-

அவர் நாள் முழுவதும் யெருசலேம் தேவாலத்திலே தானே போதனை செய்து கொண்டிருந்தார். ஏதோ கொடூரக் குற்றவாளியைத் தேடுவது போல், இந்த அர்த்த ராத்திரியில் ஏன் அவரைத் தேடி வந்திருக்கிறீர்கள்?

ஜோசையா:-

அவன் குற்றவாளி தான். யெருசலேம் தேவாலயத்திலே வியாபாரிகளை அடித்துத் துரத்தி பெரிய கலகம் செய்த குற்றத்துக்காக, அவனைக் கைது செய்ய ஆலயக் காவலர்களோடு, ரோமைப்படை வீரர்களும் வந்திருக்கிறார்கள். உடனே பதில் சொல். உன் போதகர் எங்கே ஒளிந்து கொண்டிருக்கிறார்?

யூதாஸ்:-

அவர் எங்கேயும் ஒளிந்து கொண்டிருக்கவில்லை. அதற்கான தேவையுமில்லை. அவரது நேரம் வரும்போது அவரே நேரடியாக உங்கள் முன் வருவார். அமைதியாகப் போய்ச் சேருங்கள். தலைமைக்குரு கைப்பாஸோ, யூதேயா ஆட்சியாளர் பிலாத்துவோ, யாரிடம் வேண்டுமானாலும் நான் பேசிக் கொள்கிறேன்.

காவலர்:-

அவர்கள் இருவருமே, நாசரேத் யேசுவை உடனடியாக கைது செய்யும் அதிகாரத்தை எங்களுக்குத் தந்து விட்டார்கள். தேவைப் பட்டால், எங்கள் படை வலிமையால் அவரை இழுத்துச் செல்வோம்.

யூதாஸ்:-

ம்.ம்..அவர் எங்கிருக்கிறார் என்று எனக்குத் தெரியாது. உங்களால் முடிந்தால் நீங்களே தெரிந்து கொள்ளுங்கள். உங்களுக்கு வலிமை இருந்தால் அவரைக் கைது செய்து கொள்ளுங்கள்.

[நகர்ந்து செல்ல....]

ஜோசையா:-

நகராதே..எங்களுக்குப் பதில் சொல்லிவிட்டுப் போ.

யூதாஸ்:-

மூப்பரே, உமக்குப் பதில் சொல்ல வேண்டிய சட்ட வரைமுறை எதுவும் எனக்கு இல்லை.

[நகர்ந்து செல்கிறான்..]

பரிசேயன்:-

என்ன இவன், ஏதோ பேய் பிடித்தவன் போல் பேசுகிறான்.

இவனிடம் ஒரு அந்நியத்தனம் இருக்கிறது.

ஜோசையா:-

இவர்கள் கூட்டமே ஒரு அந்நியத்தனமான ஒன்றுதான். இவர்களைப் பேய் பிடித்து ஆட்டுகிறது. அதனால் தான், மோயிசன் சட்டத்துக்கும், யூத குல கலாச்சாரத்துக்கும் அந்நியர்களாகவே இருக்கிறார்கள். மரணமும், அழிவும் தான் இவர்களுக்கு சரியான தண்டனை.

காவலர்:-

இவனையும் கைது செய்து விடுவோமா மூப்பரே?

ஜோசையா:-

வேண்டாம். நாம் தேடி வந்தது யேசு என்ற யதார்த்த மனிதனை, அவனது இருட்டு நிழலை அல்ல. இவன் எங்கு போகிறான் என்று ரகசியமாகக் கண்காணிப்போம். ஒருவேளை, நாம் தேடுகின்ற மனிதனைக் கண்டு பிடிக்கலாம்.

வாருங்கள், இவனைப் பின் தொடர்வோம்.

[எல்லோரும் வெளியேற...

திரை

காட்சி- 17

இடம்:- ஜெத்ஸமனி தோட்டம்

பாத்திரங்கள்:- யேசு, அவரது சீடர்கள், ஜோசையா, பரிசேயர்கள், காவலர்கள், படைவீர்கள், மற்றும் கூலிப்படையினர்.

[யேசு ஜெபித்துக் கொண்டிருக்க, சீமோன், ஜான் மற்றும் ஜேம்ஸ் சிறிது தூரத்தில் உறங்கிக் கொண்டிருக்கிறார்கள். இதர சீடர்களோ தோட்டத்தின் இன்னொரு பகுதியில் இருந்து கொண்டே உறங்கிக் கொண்டிருக்க, யூதாஸ் பதட்டத்தோடு தோட்டத்துக்குள் நுழைகிறான்..]

யூதாஸ்:-

[தனக்குள்ளே....]

யேசு எங்கிருக்கிறார்?! மூப்பர் ஜேசையா கூலிப்படைக் கூட்டத்தோடும், ரோமைப் படைவீர்களோடும் அவரைக் கைது செய்ய வருவதை அவரிடம் சொல்லியாக வேண்டும்.

[அங்குமிங்கும் தேடி யேசுவைக் கண்டதும் வேகமாக அவரை நோக்கி நடக்கிறான் யூதாஸ். யேசு ஜெபிப்பதை நிறுத்தி விட்டு, எழுந்து பக்கத்தில் தூங்கிக் கொண்டிருக்கும் சீடர்களை எழுப்புகிறார்.]

யேசு:-

இன்னுமா உறங்கிக் கொண்டிருக்கிறீர்கள்? எழுந்திருங்கள். இதோ, மனுமகன் பாவிகள் கையில் கையளிக்கப் படும் நேரம் வந்து விட்டது. எழுந்திருங்கள், இவ்விடம் விட்டுச் செல்வோம்.

[அருகில் வந்துவிட்ட யூதாஸ்..]

யூதாஸ்:-

போதகரே, உமக்கு சமாதானம். [முத்தமிடுகிறான்]

[அதே நேரத்தில், மூப்பர் ஜேசையாவும் அவரோடு வந்தவர்களும் தோட்டத்திற்குள் ஓடி வந்து யேசுவை நெருங்குகிறார்கள்.]

[யூதாஸ் அதிர்ச்சி அடைகிறான்..]

யூதாஸ்:-

குருவே....நான்...

யேசு:-

யூதாஸ், மனுமகனை முத்தமிட்டா காட்டிக் கொடுக்கிறாய்?

ஜேம்ஸ்:-

[சீடர்களிடம்]

கத்திகளை உடனே எடுங்கள்.

யேசு:-

வேண்டாம். உங்களுக்குத் தெரியாதா. நான் விரும்பினால், எனது வானகத்தந்தை அணி அணியாக வான் தூதர்களை அனுப்புவார். அப்படி நடந்தால் வேதத்தில் எழுதப் பட்டுள்ளது எப்படி உண்மையாகும்?

[ஜேசையா அருகில் வந்து கொண்டே....

ஜோசையா:-

அதோ யேசு, பிடியுங்கள்.

[காவலர்கள் மற்றும் கூட்டத்தினர் யேசுவை நெருங்க, சீமோன் குறுக்கே பாய்கிறார்]

சீமோன்:-

தொடாதே எங்கள் போதகரை. என்ன துணிச்சல் உனக்கு?

[தன் கத்தியால் யேசுவை நெருங்கிய மால்க்கஸ் என்பவனைத் தாக்க அவனது காது துண்டாகிக் கீழே விழுகிறது]

யேசு:-

சீமோன். வாளை உறையிலே போடு.

[கிழே விழுந்த காதை எடுத்து ஒட்டி மால்க்கோசைக் குணமாக்குகிறார்]

வாளை எடுத்தவன் அந்த வாளால் மடிவான். என் தந்தையளிக்கும் துன்பக் கிண்ணத்தில் நான் அருந்த மாட்டேன் என்றா நினைத்தாய்?

[காவலர்கள் யேசுவின் கைகளைக் கட்டுகிறார்கள். மற்ற சீடர்களையும் சுற்றி வளைக்கிறார்கள்]

மூப்பர்:-

ம்..எல்லோரையும் கைது செய்யுங்கள்.

யேசு:-

வேண்டாம். உங்களுக்கு வேண்டியது நான்தானே. இவர்களைப் போக விடுங்கள்.

[மற்ற சீடர்கள் ஓட்டம் பிடிக்க, யூதாஸ் அதிர்ச்சியில் நின்று கொண்டிருக்க, சீமோன் பதட்டத்தோடு நிற்க...]

யேசு:-

ஒவ்வொரு நாளும் யெருசலேம் தேவாலயத்தில் உங்களோடு இருந்த போது என்னைக் கைது செய்யவில்லை நீங்கள். ஆனாலும் இது உங்கள் நேரம். இருள் ஆட்சி செய்யும் ஆகால நேரம்.

ஜோசையா:-

இழுத்து வாருங்கள் இந்த தெய்வப் பிறவியை. தலைமைக் குருவிடம் உடனே கொண்டு செல்வோம்.

[யேசுவை இழுத்துச் செல்ல, யூதாஸ் உடன் செல்கிறான். சீமோன் தயங்கித் தயங்கி சிறிது தூரத்தில் பின் தொடர்கிறார்]

திரை

காட்சி - 18

இடம்:- கைப்பாஸ் அரண்மனை

பாத்திரங்கள்:- யேசு, ஜோசையா, சீமோன், யூதாஸ், அன்னாஸ், கைப்பாஸ், அரிமத்தையா ஜோசப், நிக்கொதேமு, காவலர்கள், கூலிபடையினர், பணிப்பெண்கள் மற்றும் பலர்

[கைது செய்யப்பட்ட யேசுவை, கட்டுகளோடு கைப்பாஸ் அரண்மனைக்குக் கொண்டு வருகிறார்கள். கூட்டத்தோடு யூதாஸும் சீமோனும் வருகிறார்கள். எல்லோரும் உள்ளே நுழைய, சீமோன் யூதாஸிடம்......

சீமோன்:-

இங்குள்ள அனைவரையும் உனக்குத் தெரியும் போல் இருக்கிறதே?

யூதாஸ்:-

ஆமாம். தெரியும். நான் யேசுவின் சீடனென்றும் தெரியும். தலைமைக்குரு கைப்பாஸுக்கும் என்னைத் தெரியும். ஏழைகளுக்கு உதவும் என் பணியின் நிமித்தம் நான் பலமுறை அவரை சந்தித்து இருக்கிறேன்.

சீமோன்:-

ஒஹோ....அதனால் தான் யேசுவைக் கைது செய்ய இவர்களை ஜெத்சமனித் தோட்டத்துக்கு அழைத்து வந்தாயா?

யூதாஸ்:-

சீமோன்?!! என்னைத் தவறாக நினைக்கிறீர். அவர்கள் என்னைப் பின் தோடர்ந்தது உண்மையிலேயே எனக்குத் தெரியாது. யேசுவைக் காட்டிக் கொடுக்கும் எண்ணமே எனக்கு இருந்ததில்லை. உள்ளே வாரும்...

[எல்லோரும் உள்ளே நுழைந்து கொண்டிருக்க.....

சீமோன்:-

யூதாஸ், எனக்கு உள்ளே வர தயக்கமாக உள்ளது. ஜெத்சமனித் தோட்டத்தில் என்னால் தாக்கப் பட்டவனும் உள்ளே தான் இருக்கிறான். ஒருவேளை அந்த குற்றத்துக்காக என்னையும் கைது செய்து விட்டால்... யேசு நம்மிடம் சொன்னது போலவே சாத்தான் நம் அனைவரையும் சோதிக்கிறான். நான்..

[ஒரு பணிப்பெண் அருகே வருகிறாள்...

பணிப்பெண்:-

[சீமோனை மற்றவர்களுக்கு சுட்டிக் காட்டி]

இந்த மனிதனும் யேசுவோடு உள்ளவன் தான்.

சீமோன்:-

இல்லை பெண்ணே. இல்லவே இல்லை. அவரை யாரென்றே எனக்குத் தெரியாது.

[வேகமாக வெளியேறுகிறார்]

யூதாஸ் உள்ளே செல்ல....

அரண்மனைக்கு உள்ளே- கவுன்சில் கூடம்

[யேசு கவுன்சில் உறுப்பினர்களால் விசாரிக்கப் படுகிறார்]

அன்னாஸ்:-

[யேசுவிடம்]

நீ மக்களிடம் என்னவெல்லாம் சொன்னாயோ அதை எங்களிடம் இப்போது சொல்லியாக வேண்டும்.

யேசு:-

நான் மக்களிடம் ரகசியமாக எதுவும் சொல்லவில்லையே. பகிரங்கமாகத் தான் பேசினேன். நான் பேசியதை மக்களிடமே கேட்டுப் பாரும். அவர்களே உண்மையைச் சொல்வார்கள்.

[காவலர் ஒருவன் யேசுவை கன்னத்தில் அடிக்கிறான்..

காவலர்:-

என்ன துணிச்சல் உனக்கு? பெரிய குருவிடம் இப்படியா பேசுவது?

யேசு:-

நான் ஏதாவது தவறாகச் சொல்லியிருந்தால், தவறு எது என்பதைச் சொல். நான் சொல்வது சரி என்றால் ஏன் என்னை அடிக்கிறாய்?

அரிமத்தையா ஜோசப்:-

காவலரே, நிறுத்தும். அவரைக் கை நீட்டி அடிக்கும் அதிகாரம் உமக்கில்லை.

நிக்கொதேமு:-

தலைமைக் குருவே, கவுன்சில் கூடத்தில் ஆலயக்காவலர் அத்துமீறி நடப்பது முறையல்ல. அவனை வெளியேறச் சொல்லும்.

யூதாஸ்:-

இல்லையேல் நான் அவனுக்கு பதில் சொல்கிறேன்.

கைப்பாஸ்:-

கவுன்சில் உறுப்பினர்கள் தவிர வேறு யாரும் இங்கே இருக்கக் கூடாது. எல்லோரும் வெளியேறி விடுங்கள்.

[யூதாஸ் உட்பட காவலர்கள், கூலிப்படையினர் வெளியேற்றப் படுகிறார்கள்]

அரண்மனை முற்றம்-

[பரிசேயர்கள், வீரர்கள், மக்கள் கூட்டமாக நெருப்பைச் சுற்றி அமர்ந்து குளிர்காய்ந்து கொண்டிருக்கிறார்கள். அவர்களிடையே சீமோனும் அமர்ந்திருக்கிறார். ஜெத்சமனித் தோட்ட்த்தில் காது வெட்டப் பட்ட மால்க்கஸ் இன்னொருவனிடம்......

மால்கஸ்:-

அந்த யேசு உண்மையிலேயே ஒரு இறைவாக்கினராகத் தான் இருக்க வேண்டும். நாங்கள் அவரைக் கைது செய்யத் தோட்டத்துக்குப் போன போது அவரது சீடன் ஒருவன் என்னைத் தாக்கி என் காதைத் துண்டாக்கி விட்டான். ஆனால் அந்த மனிதர் உடனே என்னைக் குணமாக்கி விட்டார். நிச்சயமாக அவர் சாதாரண மனிதர் அல்ல.

இன்னொருவன்:-

மால்கஸ், இதை சப்தமாகச் சொல்லாதே, அது ஆபத்து. நான் ஒரு அடிமை. நீயோ ஒரு கடை நிலை ஊழியன். உள்ளே இருக்கும் கவுன்சில் உறுப்பினர்களைப் பார். செல்வாக்கும், செல்வமும் பெற்ற பலர் யேசுவைப் பற்றி உன்னைப்போல் தான் நினைக்கிறார்கள். ஆனாலும், அதிகாரத்துக்குப் பயந்து வாயடைத்து மௌனமாக இருக்கிறார்கள்.

[கூட்டத்தில் இருந்த ஒருவன் சீமோனை உற்றுப் பார்த்து...

ஒருவன்:-

நான் ஜெத்சமனித் தோட்டத்தில் அந்த யேசுவோடு நீயும் இருந்ததைப் பார்த்தேன். உண்மைதானே?

சீமோன்:-

இல்லை. நீ பேசுவது என்னவென்றே எனக்குப் புரியவில்லை.

இன்னொருவன்:-

உனது பேச்சே நீ கலிலேயா காரன் என்பதைக் காட்டிக் கொடுக்கிறது. நீயும் யேசுவோடு வந்த கலிலேயா காரன் தானே?

சீமோன்:-

[உணர்ச்சி வசப் பட்டு..]

சத்தியமாகச் சொல்கிறேன். இல்லையென்றால் கடவுளே என்னைத் தண்டிக்கட்டும். நீ சொல்லும் அந்த யேசு பற்றி எனக்கு எதுவுமே தெரியாது.

[சீமோன் எழுந்து திரும்பும் போது, யூதாஸ் அவரை உன்னிப்பாகப் பார்த்துக் கொண்டே நிற்கிறான். அப்போது சேவல் கூவும் சப்தம் கேட்கிறது. அதிர்ச்சியில் சீமோன் கதறி அழுது கொண்டு அங்கிருந்து வெளியேற, கண் கலங்கிய படியே அவரைப் பார்த்துக் கொண்டு நிற்கிறான் யூதாஸ்]

[பின்னணியில் கடைசி பாஸ்கா திருவிருந்தின் போது யேசு சீடர்களிடம் சொன்ன வார்த்தைகள் எதிரொலிக்கின்றன.]

திரை

காட்சி - 19

இடம்:- கைப்பாஸ் அரண்மனை முற்றம்

பாத்திரங்கள்:- யூதாஸ், அரிமத்தையா ஜோசப், பரிசேயர்கள், காவலர்கள், கூலிப் படையினர் மற்றும் பலர்

[கைப்பாஸ் அரண்மனை முற்றத்தில் இருந்த கூட்டத்தோடு யூதாஸ் அமர்ந்திருக்கிறான். கவுன்சில் கூடத்தில் இருந்து வெளியே வந்த பரிசேயன் ஒருவனிடம் மற்றவர்கள் உள்ளே நடந்தது பற்றி ஆர்வமாகக் கேட்கிறார்கள்]

ஒருவன்:-

உள்ளே என்ன நடக்கிறது?

பரிசேயன்:-

அந்த மனிதன், தான் கடவுளின் மகன் என்று பகிரங்கமாகவே சொல்கிறான். கவுன்சிலில் அவனுக்கு ஆதரவாகவும் சிலர் இருக்கிறார்கள். இருந்தாலும், அவனைத் தண்டனைத் தீர்ப்புக்கு ஆளாக்கி விட்டோம்.

[அரிமத்தையா ஜோசப் சோகமாக வெளியே வருகிறார்...]

யூதாஸ்:-

என்ன நடந்தது பெரியவரே?

ஜோசப்:-

என்ன நடக்கக் கூடாதோ அதெல்லாம் நடக்கிறது. அது கவுன்சில் கூட்டமல்ல. ஒரு நரகம். பாதாளப் பேய்களை விடக் கொடூரமானவர்களின் கூட்டம். நான் எவ்வளவோ போராடினேன். யேசுவுக்காக எவ்வளவோ வாதாடினேன். பயனில்லை. எனது எதிர்ப்பைத் தெரிவிக்கவே வெளியேறி வந்திருக்கிறேன். இன்னும் சிலர் அங்கேயே அமர்ந்து எதிர்ப்பு தெரிவிக்கிறார்கள். கைப்பாஸ் உருவத்தில், தலைமைக் குருவாக பாதாளத்தின் தலைவன் லூசிபரே அமர்ந்திருப்பதைப் பார்த்தேன். நரகத்திலிருந்து வெளியேறி ஏவாளைக் கெடுத்தான் சாத்தான். ஆனால் கைப்பாஸ் ஒவ்வொரு யூதனையும் சாத்தானாக மாற்றி நரகத்துக்குத் தள்ளுகிறான்.

நாங்கள் தோற்றுப் போய் விட்டோம் யூதாஸ்.

யேசுவுக்குத் தண்டனைத்தீர்ப்பு கொடுத்து விட்டார்கள்.

யேசுவைக் கொல்லப் போகிறார்கள்.

யூதாஸ்:-

தண்டனைத் தீர்ப்பா!!??

நாசரேத் யேசுவுக்குத் தண்டனைத் தீர்ப்பா?

தெய்வமே, அவர் சொன்னதெல்லாம் அப்படியே நடந்தேறுகிறது !

சீமோன் அவரை மறுதலிப்பார் என்றார். நான் அவரைக் காட்டிக் கொடுப்பேன் என்றார். அவர் இதைச் சொன்ன சில மணிநேரத்திலேயே அத்தனையும் நடந்தேறி விட்டது.

பெரியவரே, சத்தியமாகச் சொல்கிறேன். அவர் தான் மெசியா. அவர் கடவுளின் ஒரே குமாரன்.

[கண் கலங்கி அழுகிறான்..]

அன்புக்கு அர்த்தமே அவர் தான். எங்களோடு உண்டு, உறங்கி, அன்பின் ஈரத்தை, ஆன்மீகத்தின் ஈர்ப்பை, ஆழமாக சொல்லிக் கொடுத்தார். மிருகமாக இருந்த என்னை மனிதனாக்கினார். ஆனால், ஆனால் நான் அவரைக் காட்டிக் கொடுத்து மறுபடியும் மிருகமாக மாறி விட்டேன்.

இவையெல்லாம் கடவுளின் சித்தம் படியே நடந்தேறுகிறது என்று சொன்னார். இவையெல்லாம் வேத புத்தகத்தில் எழுதப் பட்டிருக்கிறது. அப்படித்தான் நடக்கும் என்றார். ஆனாலும் என் குற்ற உணர்வு என்னை வதைக்கிறது. என் கைகளில் பட்ட அந்த மாசற்றவரின் ரத்தக் கறை நித்தியத்துக்கும் மறையாமல் என்னை வதைக்கும்.

ஜோசப்:-

யூதாஸ், யேசுவை எனக்கு ஒரு சிறுவனாகவே தெரியும். அவரது தாயார் மேரியை, அவரது தந்தையை, சகோதர்களை, அத்தனை பேரையும் தெரியும். சக்கரியாவையும், எலிசபெத்தையும் தெரியும். மன்னன் ஏரோதுவால், யோவான் கொல்லப்பட்ட போது அந்தக் குடும்பம் எவ்வளவு வருத்தமடைந்தது என்று தெரியும்.

தேவ ராஜ்யம் யேசுவால் பூமியிலே நிர்மாணிக்கப் படுமென்று நான் காத்திருந்தேன். வேத புத்தகத்திலே எழுதப் பட்டுள்ளது உண்மை தான்.

இந்த பூமி சபிக்கப் பட்ட இடம்.

யெருசலேம் பட்டணம் மாசற்றவர்களின் ரத்தக்கரை புரண்ட ஒரு இருண்ட பூமி. இது மனித குலத்தின் கல்லறைத் தோட்டம்.

சாத்தான் யெருசலேம் ஆலயத்தை ஆக்கிரமித்து விட்டான். அவனே, தலைமைக் குருவாக ஆலய நிர்வாகத்தை நடத்துகிறான்.

யூதாஸ்:-

அந்த தலைமை சாத்தானை சந்தித்து நீதி கேட்கப் போகிறேன்.

ஜோசப்:-

யூதாஸ், வேண்டாம். இப்போது அங்கே போகாதே. அவர்கள் யேசுவை பரிகசித்து, அவமானித்துக் கொண்டிருக்கிறார்கள். இறைமகன் யேசு இப்போது இருக்கும் கோலத்தில் அவரைப் பார்த்தால் உன்னால் தாங்க முடியாது.

யூதாஸ்:-

பெரியவரே, யேசுவுக்குள் தெய்வம் இருந்தது, வானகத் தந்தையாக.

யேசுவுக்குள் மனிதம் இருந்தது, ஒரு தேவ மைந்தனாக.

யேசுவுக்குள் அழி சக்தி இருந்தது, பரிசுத்த ஆவியாக.

அவருக்குள் இருந்த உலக நெருப்பை இதோ நான் ஏற்றெடுத்து விட்டேன். நான் விழுங்கிய அந்த நெருப்புதான் குற்ற உணர்வாக என்னைச் சுடுகிறது. அதே நெருப்பு கொண்டே சாத்தானின் சக்தியோடு சதியாடும் தலைமைக்குரு கைப்பாஸை சுட்டெரிப்பேன்.

அது முடியாமல் போனால், அந்த அழிக்கும் நெருப்பிலேயே என் போதகருக்காக என் உயிரையும் தியாகம் செய்வேன்.

வருகிறேன்.

[வெளியேற....

திரை

காட்சி - 20

இடம்:- கைப்பாஸ் அரண்மனை

பாத்திரங்கள்:- கைப்பாஸ், அன்னாஸ், ஜோசையா, யூதாஸ், காவலர்கள், பரிசேயர்கள், மற்றும் பலர்

[தலைமைக் குருவும் மூப்பர்களும் மற்றோரும் யேசுவை யூதேயா கவர்னர் பிலாத்துவிடம் கொண்டு சென்று சிலுவையில் அறைந்து கொல்லவும் திட்டமிடுகிறார்கள்...]

ஜோசையா:-

சூரிய உதயத்துக்கு முன்பே யேசுவை கவர்னரிடம் கொண்டு சென்று விட வேண்டும். அப்போது தான், மக்கள் உறங்கியெழுவதற்கு முன்பே விசாரணை முடிக்கப் பட்டு நம் திட்டம் நிறைவேறும்.

அன்னாஸ்:-

மக்களைப் பற்றி கவலையே வேண்டாம். வெளியே கூடியிருக்கும் நம் ஆதரவாளர்களின் ஆரவாரத்தைக் கேளும். இன்னும் அதிக மக்கள் இங்கே கூடுவார்கள். யேசுவுக்கு எதிராகத் திரண்டு செல்லும் கூட்டத்தைப் பார்த்து கவர்னர் பிலாத்து மிரண்டு விடப் போகிறார். நமது மக்களின் அவேசத்தையும், குற்றச்சாட்டுகளையும் பார்த்து அவருக்கு அபாய உணர்வே வந்து விடும்.

கைப்பாஸ்:-

இருந்தாலும், நாம் கவனமாக செயல்பட வேண்டும். யேசுவின் சீடர்கள் சாதாரணமானவர்கள் தான். ஆனால் சீண்டப்பட்டால் எல்லை மீறும் அவர்களின் சீற்றத்தால் நம் திட்டத்தில் மாற்றம் வந்து விடக்கூடாது.

ஜோசையா:-

உண்மை தான். கூட்டம் சேர்ப்பதிலும், மக்கள் மனதில் மாற்றம் ஏற்படுத்துவதிலும் அவர்கள் கை தேர்ந்தவர்கள். ஏதாவது கலகம் செய்து யேசுவை தப்பிக்கச் செய்து விடக்கூடாது.

அன்னாஸ்:-

அதனால் தான் யேசுவை கட்டி இழுத்துச் செல்ல வேண்டுமென்று நான் சொன்னேன்.

[காவலர் வருகை..]

காவலர்:-

யூதாஸ் இஸ்காரியோத் தலைமைக் குருவைப் பார்க்க வந்திருக்கிறார்.

கைப்பாஸ்:-

யூதாஸ் தானே. ஏதாவது பணம் வாங்க வந்திருப்பான். உள்ளே வரச் சொல்.

அன்னாஸ்:-

இவனும் யேசுவின் சீடன் தானே?

கைப்பாஸ்:-

ஆம். என்னைப் பார்க்க அடிக்கடி வருவான். ஏதோ ஒடுக்கப் பட்டவர்களுக்குக் கல்லறையாக குயவன் தோட்டத்தை விலைக்கு வாங்க முயற்சித்துக் கொண்டிருக்கிறான்.

ஜோசையா:-

அவனது வார்த்தைகளில் கடுமை இருந்தாலும் யேசுவைக் கைது செய்ய மறைமுகமாக உதவி செய்தான். அவனைப் பின் தோடர்ந்து சென்று தான் நாங்கள் ஜெத்சமனித் தோட்டத்துக்குள் நுழைந்தோம். அங்கு தான் யேசுவைக் கைது செய்தோம்.

கைப்பாஸ்:-

காரணம், யூதாஸ் மற்ற சீடர்களைப் போல் கலிலேயாவைச் சேர்ந்தவன் அல்ல. அந்தக் கிளர்ச்சிக் காரன் யேசுவைவிட, மோயிசன் மேல் அதிக பற்றும், நம்பிக்கையும் உள்ளவன்.

[யூதாஸ் உள்ளே வருகிறான்....]

வா யூதாஸ், அன்று நான் உன்னிடம் யேசுவை சந்திக்க வேண்டுமென்று சொன்னேன். ஆனால், இன்று யேசுவை சந்திக்க நீயே என்னிடம் வந்திருக்கிறாய்.

ஜோசையா:-

அன்று உன் போதகர் மோட்சத்திலே இருப்பதாக என்னிடம் சொன்னாய். உள்ளே போய்ப் பார். உன் போதகர் இப்போது நரகத்தில் இருக்கிறார். தெய்வ குமாரன் என்று தன்னை அறிவிப்பவன் இருக்க வேண்டிய இடம் நரகம் தானே.

தலைமைக் குருவே, யூதாஸின் பணிக்காக நீங்கள் இன்னும் தாராளமாக, ஏராளமாக பணம் கொடுக்க வேண்டும்.

யூதாஸ்:-

மூப்பரே, நீங்கள் என்னைப் பரிகாசம் செய்வது எனக்குப் புரிகிறது. ஹூம்..அரிமத்தையா ஜோசப் என்ன நடக்குமென்று சொன்னாரோ அப்படியே நடக்கிறது. நீங்கள் என்னைப் பயன்படுத்துவீர்கள்

என்று சொன்னார். என் போதகரோ நான் அவரைக் காட்டிக்கொடுப்பேன் என்றார். ஆம்..இதோ என் குருவுக்கே துரோகம் செய்த துரோகியாக நிற்கிறேன் நான்.

தாயின் உதிரத்தில் கருத்தரித்த நாள் முதல் சபிக்கப்பட்டவன் போல உருத்தெரியாமல் நிற்கிறேன்.

கைப்பாஸ்:-

உன்னைப் பரிகாசம் செய்யவில்லை யூதாஸ், பாராட்டுகிறோம்.

சபிக்கப்பட வேண்டியவன் நீயல்ல, அந்த நாசரேத் யேசு மட்டுமே. நீயோ பரிசளிக்கப் படவேண்டியவன். என்ன வேண்டும் உனக்கு, சொல், எவ்வளவு பணம் வேண்டும்?

யூதாஸ்:-

தலைமைக் குருவே, பணத்துக்காகவோ, பரிசுக்காகவோ நான் இங்கு வரவில்லை. என்னால் நடந்தேறிவிட்ட ஒரு பயங்கரத்துக்குப் பரிகாரம் தேடி வந்திருக்கிறேன். என் போதகரின் கைதுக்குக் காரணமாகி அவருக்குத் துரோகம் செய்து விட்டேன். நம்புங்கள் என்னை. குற்ற உணர்வு என்னை இறுக்குகிறது. அவரது மாசற்ற ரத்தம் என் கைகளிலே பாவக்கறையாக படிந்து விட்டது.

ஜோசையா:-

யூதாஸ், பாவப்பரிகாரம் செய்யும் இடம் இதுவல்ல. அதற்கு எருசலேம் ஆலயம் இருக்கிறது. உன் பரிகாரக் காணிக்கையை ஏற்று, பிரார்த்தனை செய்ய அங்கே குருக்கள் இருக்கிறார்கள். ஹூம்..ஆண்டவன் இங்கு வந்தா உன் பச்சாதாப காணிக்கையை ஏற்கப் போகிறார்?

யூதாஸ்:-

மூப்பரே, உமது வார்த்தைகள் என்னை நெருப்பாய் சுடுகின்றன. என்னுள்ளே அடங்கியிருக்கும் அக்னியைத் தூண்ட வேண்டாம். இருட்டிலே ஒளியைத் தேடும் குருட்டு மூடனல்ல நான். யூத குலத்து உயர் குடிமகனாக நான் இங்கு வரவில்லை. தேவகுமாரன் யேசுவின் சீடனாக வந்திருக்கிறேன். என் குருவுக்கு ஈடாக பணம் கொடுத்து அவரை மீட்க வந்திருக்கிறேன். அவரை விடுவிக்க என்ன விலை வேண்டும்? சொல்லுங்கள். மோயிசன் சட்டப்படி, யூத குல மரபுப்படி யேசுவுக்கு நீங்கள் நிர்ணயித்துள்ள பணயத்தொகையைச் சொல்லுங்கள்.

அன்னாஸ்:-

ஆக, எங்களுக்கு மோயிசன் சட்டத்தைப் போதிக்கும் போதகனாக வந்திருக்கிறாய். அப்படித்தானே. அந்த யேசு இஸ்ரயேல் தேவனை அவமதித்த ஒரு துரோகி, எங்களைப் பொறுத்தவரை, அவன் ஒரு அடிமையை விடக் கேவலமானவன். மோயிசன் சட்டப்படி ஒரு அடிமைக்கான பணயத்தொகை எவ்வளவு தெரியுமா? முப்பது வெள்ளிக் காசுகள்.

கைப்பாஸ்:-

இப்போது சொல் யூதாஸ். மோயிசன் சட்டப்படி ஒரு அடிமையின் விலையான முப்பது வெள்ளிக் காசுகளை

என்னிடம் நீ வாங்கியது உண்மையா இல்லையா? உனது தலைவனை ஒரு அடிமையாக முப்பது வெள்ளிக் காசுகளுக்காக, என்னிடம் நீ விற்றது உண்மையா, இல்லையா? சொல்.

யூதாஸ்:-

தலைமைக் குருவே, எவ்வளவு கொடூரமாக உண்மையைத் திரித்துப் பேசுகிறீர்!

அந்நியர்களுக்கான கல்லறைத் தோட்டமாக, அந்த குயவன் தோட்டத்தை விலைக்கு வாங்க நான் உம்மிடம் பண உதவி நாடி வந்தேன். அது உண்மை. அந்த ஒடுக்கப் பட்ட மக்களுக்கு நான் செய்யும் பணிக்காக உம்மிடம் முப்பது வெள்ளிக் காசுகள் வாங்கியதும் உண்மை. எனது பணி பற்றி உம்மிடம் அப்போதே தெளிவாகச் சொன்னேன். அந்த உண்மைகளை....

கைப்பாஸ்:-

யூதாஸ், நீ என்னிடம் எதை எதையோ சொல்லியிருக்கலாம். உனது வார்த்தைகள் கால வெள்ளத்தில் கரைந்து விட்டன. ஆனால், இன்று முதல் உன்னைப் பற்றி நான் சொல்வதை மட்டுமே உலகம் கேட்கும். முப்பது வெள்ளிக்காசுக்காக உன் போதகரை என்னிடம் விலை பேசி, அவரைக் காட்டிக் கொடுத்து, அவருக்குத் துரோகம் செய்து விட்டாய் என்று செய்தி பரப்புவேன்.

யூதாஸ்:-

இது வஞ்சனை. தலைமைக் குருவே, வேண்டாம் இந்த வஞ்சனை. என் போதகருக்கு விலையாக இதோ இந்த பாவியின் உயிரை எடுத்துக் கொள்ள ஆணையிடும். இதோ, உம்மிடம் வாங்கிய பணத்தை விட எத்தனையோ மடங்கு இந்தப் பணப்பையில் உள்ளது. அத்தனையும்

எடுத்துக் கொள்ளும். என் போதகருக்காக என்னையே இழக்க நான் தயார். அவர் தேவ குமாரன்.

கைப்பாஸ்:-

ஹா ஹா ஹா ஹா....யேசு தேவ குமாரனா? அவன் ஒரு அடிமையை விட கேவலமானவன். அப்படியானால் நீ.... ஒரு நாயை விட கேவலமான ஈனப் பிறவி. போய் விடு யூதாஸ்..உன் நேரம் முடிந்து விட்டது. உன் பணமும், உயிரும் உன்னிடமே இருக்கட்டும்.

உன் தோளிலே பெருமையோடு நீ சுமந்த உனது பணப்பையின் சுருக்குக் கயிறுகளே உன் கழுத்தை இறுக்கும் தூக்குக் கயிறுகளாக மாறப்போகிறது. போ இங்கிருந்து.. அந்த யேசுவுக்கு ஏற்கனவே தண்டனைத் தீர்ப்பு கொடுத்து விட்டோம்.

யூதாஸ்:-

தலைமைக் குரு கைப்பாஸே, அகங்காரம் பிடித்த அலகை போல் பேசுகிறீர். இன்று, யேசுவுக்குத் தண்டனைத் தீர்ப்பு கொடுத்து விட்டதாக குதூகலிக்கிறீர். ஒரு வஞ்சிக்கப்பட்ட சீடனாக நான் ஒழிந்து போய்விடுவேன் என்று நினைக்கிறீர். இல்லை..கைப்பாஸ் இல்லை..நாளை பொழுது புலரும்போது மக்கள் சக்தி என்னவென்று உமக்குப் புரியும். நாளை, பிலாத்து உமது கபடத்தனத்தைக் கண்டுபிடித்து யேசுவை விடுவிப்பான்.

கைப்பாஸ்:-

மூடனே..போ வெளியே...காவலர்களே, இவனை வெளியேற்றுங்கள்.

[காவலர்கள் யூதாஸைப் பிடித்து வெளியேற்ற...

அன்னாஸ்:-

இன்றிரவு இவனைக் கண்காணிக்க வேண்டும். யேசுவுக்கு ஆதரவாக இவன் மக்களை ஒன்று திரட்டலாம். இவன் மற்ற சீடர்களைப்போல் எளிமையான கலிலேயாக்காரனல்ல. அரிமத்தையா ஜோசப்பின் கோத்திரத்தைச் சேர்ந்தவன். யூதேயாவில் செல்வாக்கு உள்ளவன்.

கைப்பாஸ்:-

ஆனால், இப்போது புறக்கணிக்கப்பட்ட பாவியைப் போல் ஆகிவிட்டான். அவனுக்குள்ளே எரியும் குற்ற உணர்வே அவனை எரித்து விடும். நம்மிடம் பணம் வாங்கிவிட்டு யேசுவைக் கைது செய்ய இவன் தான் நமக்கு உதவினான் என்ற செய்தியை வேகமாகப் பரப்பிவிடுவோம். இவன் செல்லாக்காசு போல் செயலிழந்து விடுவான்.

மூப்பர்களும், வேத ஆசிரியர்களும் மக்களை யேசுவுக்கு எதிராகக் கிளர்ந்தெழச் செய்வார்கள். நாம் ஏற்கனவே மக்களை ஓரளவு பதப்படுத்தி விட்டோம்.

நாளை பரபாஸை விடுதலை செய்யவும், யேசுவை சிலுவையில் அறையவும் மக்கள் போடும் கூச்சல் பிலாத்து அரண்மனைக் கூடாரத்தையே அதிர வைக்கும்.

[ஆலயக் காவலர் வருகை...]

காவலர்:-

தலைமைக்குருவே, நீங்கள் இங்கிருந்து வெளியேற்றிய அந்த மனிதன் யெருசலேம் தேவாலயத்தை அவசங்கை செய்து விட்டான்.

எல்லோரும்:-

என்ன??!!!

கைப்பாஸ்:-

என்ன செய்தான் அங்கே?

காவலர்:-

பேய் பிடித்தவன் போல் கத்திக்கொண்டே ஆலயத்துக்குள் நுழைந்தவன், ஆலயம் முழுவதும் வெள்ளிக் காசுகளை வீசியெறிந்தான்.

யெருசலேம் ஆலயத்திலே சாத்தான் ஆட்சி செய்கிறான். தேவ குமாரனுக்குத் தண்டனைத் தீர்ப்பு கொடுத்ததால், தெய்வத்தால் இந்த ஆலயம் அழியும், என்று அங்கிருந்த மக்களிடம் அறை கூவிச் சொன்னான்.

நாங்கள் அவனை அடக்கப் பார்த்தோம். ஆனால், வெறிபிடித்தவன் போல திமிறி ஓடி விட்டான்.

ஜோசையா:-

தேவாலயத்தைப் பழித்துத் தெய்வத்தையே இழிவு செய்திருக்கிறான். இவனைக் கல்லால் எறிந்து கொலை செய்ய வேண்டும்.

அன்னாஸ்:-

ஆம், அவன் வாழுகின்ற தகுதியை இழந்து விட்டான். கல்லெறிந்து கொல்லப்படுவதுதான் அவனுக்கு ஏற்ற தண்டனை.

கைப்பாஸ்:-

இடையனைக் கொல்லும் நமது முயற்சி, ஒரு கறுப்பு ஆட்டினைக் கொல்லும் முயற்சியில் வீணாகி விடக் கூடாது. இவனுக்கு தகுதியான தண்டனை சட்டப்படி அல்ல. நான் சொன்னது போல, அவன் கழுத்திலே அவனது பணப்பையின் சுருக்குக் கயிறே இறுக வேண்டும்.

அவன் உடல் குயவன் தோட்டத்திலே வீசியெறியப் பட வேண்டும். தன் விதியைத் தானே அவன் தேர்வு செய்தது போல் கதை கட்டி விட வேண்டும். அதுதான் அவனுக்கு தகுதியான தண்டனை.

[யூதாஸ் ஆல்யத்திலே வீசியெறிந்த வெள்ளிக் காசுகளோடு ஒரு காவலர் வருகிறார்]

காவலர்:

இந்த வெள்ளிக் காசுகளை என்ன செய்ய வேண்டும். தேவாலய காணிக்கைப் பெட்டியில் போட்டு விடலாமா?

ஜோசையா:-

ஏற்கனவே நீ அதை செய்திருக்க வேண்டும்.

அன்னாஸ்:-

இது துரோகமும், ரத்தமும் புரண்ட பணம். இதை காணிக்கையில் சேர்ப்பது மோயிசன்

சட்டத்துக்கு எதிரானது.

ஜோசையா:-

அப்படியானால், இந்தப் பணத்தை கூலிப்படையிடம் கொடுத்து விடுவோம். அவர்கள் குதூகலத்தோடு பண்டிகையைக் கொண்டாடட்டும்.

கைப்பாஸ்:-

வேண்டாம். இந்த பணத்தில் குரோகத்தின் ரத்தக்கறை படிந்திருப்பது உண்மை தான். ஆனாலும், ஒரு நல்ல பணிக்காக அவன் சேர்த்த பணம் இது. இதைக் கொண்டு அந்த குயவன் தோட்டத்தை விலைக்கு வாங்கி, அந்நியர்களுக்குக் கல்லறைத் தோட்டமாக்கி விடுவோம். ம்ம்..

[காவலரிடம்..] அவன் எங்கே ஓடினான் என்று தெரியுமா உங்களுக்கு?

காவலர்:-

தேவைப்பட்டால், அவனைத் தேடிப் பிடிக்கிறோம். தேவாலயத்திலே, நிறைய காவலர்களும், மக்களும் கூடியிருக்கிறார்கள்.

கைப்பாஸ்:-

உள்ளே வாருங்கள். என்ன செய்ய வேண்டுமென்று சொல்கிறேன்.

திரை

காட்சி- 21

இடம்:- யெருசலேம் தேவாலய வளாகம்

பாத்திரங்கள்:- ஆலய காவலர்கள், ஜோசையா, கூலிப்படையினர், மக்கள்

[யூதாஸ் தேவாலத்திலே வெள்ளிக் காசுகளை வீசியெறிந்து, ஆவேசமாக மக்களொடு பெசியதாலும், காவலர்களோடு மோதியதாலும் ஏற்பட்ட சச்சரவைக் கேட்டு, ஆலய வளாகத்திலே கூடிய மக்கள் அதுபற்றிப் பரபரப்பாகப் பேசிக் கொண்டிருக்கிறார்கள்.]

1 வது நபர்:-

அவன் ஆலயத்துக்குள் புகுந்து இவ்வளவு அட்டகாசம் செய்த போது இந்த உதவாக்கரைக் காவலர்கள் என்ன செய்து கொண்டிருந்தார்கள்?

2-வது நபர்:-

காவலர்கள் அவனைப் பிடித்திருக்கிறார்கள். ஆனால், வெள்ளிக் காசுகளை ஆலயத்துக்குள் வீசி விட்டு, அவேசத்தில் கத்திக் கொண்டே அவன் ஓடி விட்டானாம்.

3 வது நபர்:-

அவன் காணிக்கைப் பெட்டியில் உள்ள பணத்தைக் கொள்ளையடிக்கவா வந்தான்?

1 வது நபர்:-

இல்லை. அவன் கொள்ளைக் காரனல்ல. அந்த நாசரேத் யேசுவின் சீடன்.

2 வது நபர்:-

அந்த மனிதர் ஒரு இறைவாக்கினர் என்று சொல்கிறார்களே? பல நோயாளிகளைக் குணமாக்கியிருக்கிறார்.

3 வது நபர்:-

அவரிடம் இருக்கும் பசாசின் சக்தியால் தான் அவர் புதுமைகள் செய்கிறாராம். அதனால் தான் அவரது சீடன் இப்படி பேய் பிடித்தவன் போல் நடந்திருக்கிறான்.

1 வது நபர்:-

இல்லை. யேசுவைக் கைது செய்து தண்டனைத்தீர்ப்பு கொடுத்த கோபத்தில் தான், அவரது சீடன் இப்படி செய்திருக்கிறான்.

2 வது நபர்:-

இருந்தாலும், அவன் ஆலயத்தை அவசங்கை செய்தது பெரிய தவறு.

[இப்போது ஒரு பரிசேயர் உரக்கப் பேசுகிறார்..

பரிசேயர்:-

நான் சொல்வதைக் கேளுங்கள்.

தேவாலயத்திலே நடந்த இந்த அவசங்கைக்கு பரிகாரம் காணாவிட்டால், நமது இனத்தையே கடவுள் சாபத்துக்கு உள்ளாக்கி விடுவார். எனவே இதைச் செய்த அயோக்கியனைக் கண்டுபிடித்து கல்லெறிந்து கொல்ல வேண்டும்.

2 வது நபர்:-

அவன் ஒரு பேய் பிடித்தவன் என்றல்லவா காவலர்கள் சொல்கிறார்கள்.

[ஜோசையா வருகை]

பரிசேயர்:-

மூப்பரே, இதைச் செய்தவன் மேல், தலைமைக் குரு என்ன நடவடிக்கை எடுத்துள்ளார். சொல்லும். தெய்வ சாபம் நம்மேல் வந்துவிடுமோ என்று பதட்டப் படுகிறார்கள்.

ஜோசையா:-

சாபம் வந்து விடும் என்று பதட்டம் கொள்ள வேண்டாம். இனியும் இது போன்ற சம்பவங்கள் நடக்காது.

பரிசேயர்:-

நடந்த சம்பவம் மக்களைக் கோபம் கொள்ள வைத்துள்ளது. அதற்கென்ன சொல்கிறீர்?

ஜோசையா:-

உங்கள் கோபத்தையெல்லாம் சேர்த்து வைத்து கவர்னர் பிலாத்துவின் அரண்மனைக்குப் போய் கொட்டுங்கள். இதைச் செய்தது அந்த நாசரேத் யேசுவின் ஒரு சீடன். அந்த யேசுவைக் கைது செய்து விட்டோம். இன்னும் சிறிது நேரத்தில் அவனைப் பிலாத்துவிடம் கொண்டு செல்கிறார்கள். நீங்களும் அங்கே செல்லுங்கள். ஆலயத்தை அவசங்கை செய்த அந்த யேசுவுக்கு எதிராக உங்கள் அவேசக் குரல் அங்கே ஒலிக்கட்டும்.

பரிசேயர்:-

மூப்பர் சொல்வது சரிதான். நாம் கவர்னர் அரண்மனைக்கு இப்போதே போவோம். ஆலய அவசங்கைக்கு பரிகாரக்கடனை அங்கு தான் தேட வேண்டும்.

[மக்கள் எல்லோரும் நகர்ந்து செல்ல, ஜோசையா சில கூலிப்படையினரை அழைத்து....]

ஜோசையா:-

நான் சொல்வதைக் கவனமாகக் கேட்டு ரகசியமாக செயல் படுத்த வேண்டும்.

நாசரேத் யேசு பிலாத்துவிடம் கையளிக்கப் படுவதற்கு முன்பே, அந்த நாசக்கார சீடன் யூதாஸ், தன் கடைசி மூச்சை விட்டிருக்க வேண்டும்.

அந்த இடையன் சிலுவையிலே உயிர் விடும் போது அவனது மந்தையைச் சேர்ந்த இந்தக் கறுப்பு ஆடு உடல் சிதறி விகாரமாக வேண்டும்.

கிழக்கோ, மேற்கோ எந்தத் திசைக்கு சென்றாலும் சரி, அவனைத் திரும்பவே முடியாத திசைக்கு அனுப்பி விட்டுத்தான் திரும்பி வர வேண்டும். வாருங்கள்.

திரை

காட்சி - 22

இடம்:- யெருசலேமில் ஒரு வீடு

பத்திரங்கள்:- யூதாஸ், ஜான், யேசுவின் தாயார் மேரி, மற்றும் பலர்

[யூதாஸ் விகாரமான தோற்றத்தில் பதட்டத்தோடு யேசுவின் தாயார் மேரி தங்கியிருக்கும் ஜானின் வீட்டுக்கு வருகிறான்.....]

யூதாஸ்:-

ஜான்...ஜான்...

ஜான்:-

[வெளியே வந்து..] நீயா?! துரோகியே ஏன் இங்கு வந்தாய்? நம் போதகருக்கு ஏன் இப்படி ஒரு துரோகம் செய்தாய்?

யூதாஸ்:-

ஜான், நீயுமா இப்படிப் பேசுகிறாய்? அவர்கள் என் பின்னால் வந்ததே எனக்குத் தெரியாது. என்னை நம்பு ஜான். எப்படியோ ரகசியமாக என்னைப் பின் தொடர்ந்து வந்து விட்டார்கள்.

ஜான்:-

யேசு என்னிடம் சொன்னார். நீ அவரைக் காட்டிக் கொடுப்பாய் என்று. அவர் சொன்னபடியே நடந்து விட்டது.

எனக்கு உன் முகத்தைப் பார்க்கவே விருப்பமில்லை. போய்விடு இங்கிருந்து. உனது யூதேயா நண்பர்களோடு சந்தோசமாக இரு. நாங்கள் கலிலேயாவிலிருந்து வந்த எளிமையானவர்கள். உன்னைப்போல் உயர்குடியைச் சேர்ந்தவர்கள் அல்ல. ஆனால், போதகர் சொன்னதை மறக்காதே. நீ பிறவாதிருந்தால் நலமாக இருக்கும் என்று வருந்தும் அளவு கடவுள் உனக்குத் தண்டனை கொடுப்பார். போய் விடு இங்கிருந்து.

யூதாஸ்:-

ஜான். நான் சொல்வதைக் கேள். இவையெல்லாம் நடக்க வேண்டுமென்பது கடவுளின் சித்தம். நான் குற்ற உணர்வால் கூனிக் குறுகி வந்திருக்கிறேன். என் குருவுக்குத் துரோகம் செய்து விட்டேன். அவரைக் காட்டிக் கொடுத்த கயவனாகி விட்டேன். உண்மைதான். ஆனால், அது சாத்தான் செய்து விட்ட ஒரு சதி வேலை. அது வேதத்தில் எழுதப் பட்டுள்ள கடவுளின் திட்டம். ஜான், நான் எல்லாவற்றையும் விளக்கிச் சொல்லியாக வேண்டும்.

ஜான்:-

வேண்டாம். உனது விளக்கங்களைக் கேட்க நான் தயாராக இல்லை. யேசு ஒருமுறை சொன்னார். நமது பன்னிரண்டு பேரில் ஒருவன் சாத்தான் என்று. அந்த சாத்தான் நீயென்று இப்போது தான் தெரிகிறது. வேதத்திலே உனக்கிருந்த அறிவுக்காக உனக்கு எங்களில் முதன்மை இடம் கொடுத்து மதித்தோம். ஆனால், நீயே சாத்தான் என்று நிரூபித்து விட்டாய்.

யூதாஸ்:-

ஜான், என்னை வசை பாடு. துரோகியென்று தூற்று. அடித்து உதைத்து என் முகத்திலே காறித்துப்பு. பரவாயில்லை.

நான் தண்டனைக் குரிய துரோகி தான். ஆனால், நான் சொல்ல வந்ததை சொல்லிவிட எனக்கு ஒரு அவகாசம் கொடு. யேசு என்னிடம் தனியாகச் சொன்ன செய்தியைச் சொல்லியாக வேண்டும். நான் யேசுவின் தாயாரை சந்திக்க வேண்டும்.

ஜான்:-

உன் துரோகத்தால், நீ ஏற்கனவே கொடுத்த வேதனை போதாதா அந்த தாய்க்கு. அவர் உணவோ, உறக்கமோ இல்லாமல் செபித்துக் கொண்டே இருக்கிறார். உன் போன்ற ஒரு துரோகியின் முகத்தைப் பார்த்தால் அவர் வேதனையைத் தாங்க மாட்டார்.

யூதாஸ்:-

ஜான். நடந்த நிகழ்வுகள் அனைத்தையும் நான் அவரிடம் சொல்ல வேண்டும். அவர் காலில் விழுந்து மன்னிப்பு கேட்க வேண்டும். நான் உயிரோடு இருக்கும் வரை இறை மகன் யேசுவின் உயிர் பிரியாது என்பதைச் சொல்ல வேண்டும். அவரை நான் வணங்க வேண்டும்.

ஜான்:-

வேண்டாம் யூதாஸ். நீ சொல்லும் கட்டுக் கதையைக் கேட்க இங்கு யாருமில்லை. போய் விடு இங்கிருந்து.

யூதாஸ்:-

ஜான், யேசு நமக்குப் போதித்த நிபந்தனையற்ற அன்பு உன்னிடம் இல்லையா ஜான்?

ஜான்:-

இருக்கிறது யூதாஸ். யேசு போதித்த அத்தனையும் என் இதயத்திலே இருக்கிறது. பகைவனையும் அன்பு செய்யும் இதயம் என்னிடம் இருக்கிறது. ஒரு மனிதனாக உன்னை

ஆழமாக அன்பு செய்கிறேன். ஆனால், இப்போது உன்னை சாத்தானின் மொத்த உருவமாகப் பார்க்கிறேன். யேசுவின் பெயரால் சொல்கிறேன். சாத்தானை என்னால் ஒருபோதும் அன்பு செய்ய முடியாது.

யூதாஸ்:-

ஜான், என்னைப் பார். நான் உன் சகோதரன்.

ஜான்:-

சாத்தானே, என்னை விட்டுப் போ. வேதத்தில் எழுதிய படியே தேவ குமாரன் வதைக்கப் படலாம். ஆனால் உனக்கு, காலமே கதி கலங்கும் இழிவான முடிவு காத்திருக்கிறது. போய் விடு இங்கிருந்து.

[ஜான் உள்ளே செல்ல...]

யூதாஸ்:-

[தனிமையில்...]

தேவ குமாரனே, நீர் சொன்னது எவ்வளவு உண்மை. எனது நிலை எவ்வளவு பயங்கரமாகி விட்டது. எவ்வளவு இழிவாகி விட்டது. கர்த்தரே, என் பரிதாபம் எப்போது தீரும். எனது விளக்கத்தைக் கேட்க யாருமே தயாராக இல்லை. என் தரப்பு நியாயத்தைச் சொல்ல யாரிடம் போவேன், யேசுவே, யாரிடம் போவேன். இப்படி நிர்க்கதியாக நிற்பதை விட நான் மனிதனாக பிறக்காமலே இருந்திருக்கலாமே......

[நகர்ந்து செறு மறைகிறான்]

[வீட்டுக்கு உள்ளே........

யேசுவின் தாய்-மேரி:-

யாரிடம் பேசிக் கொண்டிருந்தாய் ஜான்?

ஜான்:-

அது யூதாஸ் உருவத்திலே வந்த சாத்தான். அவனுக்கு உங்களிடம் மன்னிப்பு கேட்க வேண்டுமாம். அந்த சாத்தானை அடித்துத் துரத்தி விட்டேன். போய் விட்டான்.

மேரி:-

அவனை நீ துரத்தியிருக்கக் கூடாது ஜான். சாத்தானின் சோதனையில் பலமிழந்து போன சாதாரண மனிதன் தான் அவனும். அவனை மட்டும் நாம் ஏன் இப்போதே தீர்ப்புக்கு உள்ளாக்க வேண்டும். கடைசி நாளில் கடவுளின் தீர்ப்புக்கு ஆளாக அவனுக்கும் தகுதி இருக்கிறது. கடவுள் மட்டுமே அவனுக்கு சரியான தீர்ப்பை வழங்க முடியும்.

திரை

காட்சி - 23

இடம்:- குயவன் தோட்டம்

பாத்திரங்கள்:- யூதாஸ், சாத்தான்[லூசிபர் குரல்], கூலிப்படையினர்

[யூதாஸ் சித்தபிரமை பிடித்தவன் போல தள்ளாடியபடியே நடந்து யெருசலேம் புறநகர் பகுதியான ஒரு பள்ளத்தாக்கை சென்றடைகிறான். அந்த இடம் தான் ஒடுக்கப்பட்டவர்களான சமாரியர்களுக்கும், அந்நியர்களுக்கும் கல்லறைத்தோட்டமாக பயன் படுத்த யூதாஸ் விலைக்கு வாங்க உத்தேசித்த குயவன் தோட்டம்]

யூதாஸ்:-

யேசுவே, விறகுக் கட்டில் இருந்து பிரித்துத் தனியாகத் தூக்கி எறியப்பட்ட ஒரு கரிந்து போன கொள்ளிக் கட்டையாகி விட்டேன் நான். எல்லாம் இழந்து விட்டேன் போதகரே, வாழ்க்கையின் எல்லாம் இழந்து நிர்க்கதியாகி விட்டேன். உம்மிடமிருந்து விலக்கி என்னை எங்கோ இழுத்துச் சென்ற இந்த உலகம் இப்போது என்னை முழுமையாக வெறுக்கத் தொடங்கி விட்டது. போதகரே, நீர் என்னிடம் சொன்ன ரகசியத்தை யாரிடம் சொல்லி அமைதி அடைவேன். என் வார்த்தைகளை நம்ப யாருமே தயாராக இல்லை.

ஹும்..உம்மையேத் தண்டனைத் தீர்ப்புக்கு ஆளாக்கிய இந்த உலகம், கேவலம் என்னையா நம்பப் போகிறது.

இருந்தாலும், என்றைக்காவது ஒரு நாள் உண்மையை இந்த உலகம் உணர்ந்து கொள்ளும். அன்று அந்த உண்மை என்னை விடுவிக்கும்.

ஆனால், அந்த நாள் எப்போது வரும் போதகரே! எத்தனைத் தலைமுறை, எத்தனை ஆயிரம் ஆண்டுகள் அந்த விடுதலை நாளுக்காக நான் காத்திருக்க வேண்டும்?

சாத்தான் [பின் குரல்]:-

ஹா ஹா ஹா ஹா...யூதாஸ், விடுதலையா? உனக்கா? அப்படி ஒரு நாள் நித்தியத்துக்கும் வராது. நெருப்பை விழுங்கிய வெறுப்புக்குரிய துரோகியான உனக்கு நித்தியம நித்தியம் தண்டனை.

நான் வானத்திலே கடவுளுக்குத் துரோகம் செய்தேன். அதனால், சபிக்கப்பட்டு நரகத் தீயிலே தள்ளப்பட்டேன். நீயோ, பூமியிலே தேவ மகனுக்குத் துரோகம் செய்தாய். அதனால், சபிக்கப் பட்டு இதோ மரண வேதனையடைகிறாய்.

என்னோடு வந்து விடு யூதாஸ். நாம் இருவரும் பொருத்தமான நண்பர்கள். எனது ஆளுமையில் உள்ள இருட்டு உன்னை ஆதிக்கம் செய்யத் தொடங்கி விட்டது. உனது வாழ்வின் வெளிச்சம் என் இருட்டின் ஆழத்தில் அழிந்து போய் விட்டது. நம்பிக்கை இழந்து நசிந்து போவதே நரக வேதனை. அதுவே என் சாதனை. வா யூதாஸ், என்னோடு வா.

உன் நரக வேதனையை சாதனையாக மாற்ற என்னோடு வா.

மரணம் தரும் விடுதலையை நிரந்தரமாக சுவைக்க என்னோடு வா.

[ஆழமான பள்ளத்தின் விழிம்பில் உள்ள ஒரு ஒலிவ மரத்தின் கீழே உள்ள பாறையில் வந்து அமர்கிறான் யூதாஸ்...மேடையில் வெளிச்சம் மங்க, யூதாஸின் நிழல் உருவம் மட்டுமே தெரிகிறது. அதே நேரம் இன்னொரு பக்கமிருந்து கூலிப்படையினர் கம்பு தடிகளோடு யூதாஸைத் தேடி வருகிறார்கள்....]

ஒருவன்:-

[இன்னொருவனிடம்] இங்கு தான் நீ அவனைப் பார்த்தாயா?

எங்கேயுமே காணவில்லை.

இன்னொருவன்:-

இந்த இடம் நோக்கித்தான் தள்ளாடிய படி வந்தான்.

மூன்றாவது ஆள்:-

கவனமாகத் தேடுங்கள். அந்த ஒலிவ மரங்களுக்கிடையே ஒருவேளை ஒளிந்து கொண்டிருப்பான்.

[தேடுகிறார்கள்]

ஒருவன்:-

கவனமாக நடந்து வாருங்கள். அந்தப் பக்கம் குயவன் தோட்டத்தின் மிகப் பெரிய பள்ளம். தவறிக் கீழே விழுந்தால், உடல் சின்னா பின்னமாகச் சிதறிவிடும். உஸ்..அதோ பாருங்கள்...

[தூரத்தில் அமர்ந்திருக்கும் யூதாஸை சுட்டிக் காட்டுகிறான்.....]

இன்னொருவன்:-

மெதுவாக வாருங்கள்.

கயிறுகளை எடுத்துக் கொள்ளுங்கள்.

ஒன்று, இந்த மரத்திலே அவன் பிணமாகத் தொங்க வேண்டும்.

அல்லது, உடல் சிதறி இந்த அகல பாதாளத்திலே பிணமாகச் சாய வேண்டும்.

யூதாஸை நெருங்குகிறார்கள்.....

திரை

காட்சி - 24

இடம்:- பிலாத்துவின் அரண்மனை

பாத்திரங்கள்:- பிலாத்து, கொரியலானஸ், ஃபிளேவியஸ், ஜோசையா, பரிசேயர், அதிகாரிகள், படைவீரர்கள், பணியாளர்கள்

[யேசுவைன் சிலுவை மரணம் தோடர்பான தகவல்களை அதிகாரிகளிடம் கேட்டறிகிறான் பிலாத்து. அப்போது மூப்பர்களும், பரிசேயர்களும் பிலாத்துவை சந்திக்க வருகிறார்கள்...]

பிலாத்து:-

சிலுவை மரணம் தோடர்பாக கொல்கொத்தாவில் இருந்த நம் படை வீரர்கள் என்ன தகவல் சொன்னார்கள்?

கொரியலானஸ்:-

ஆளுனரே, அந்த யேசு உண்மையிலேயே ஒரு இறைமகன் தான் என்று தான் நம்புவதாக படையணித் தலைவர் லாங்கினஸ் என்னிடம் சொன்னார்.

பிளேவியஸ்:-

யேசுவின் உயிர் பிரிந்த போது வானம் இருண்டதாகவும், லேசான நில நடுக்கம் ஏற்பட்டு கல்வாரி மலைப்பாறைகளில் கூட வெடிப்பு ஏற்பட்டதாகவும் சொல்கிறார்கள். அதே நேரம் யெருசலேம் ஆலய பீடத்தின் திரைச்சீலை

இரண்டாகக் கிழிந்ததாக அந்தோனியா கோட்டையில் இருந்த வீரர்கள் தகவல் அனுப்பியுள்ளார்கள்.

பிலாத்து:-

நான் அறியும் தகவல்கள் விசித்திரமாக உள்ளது. இவர் பற்றி கனவு கண்டதாக என் மனைவியும் சொன்னாள். அவளும் இந்த நாசரேத் யேசு தெய்வீகமானவர் என்றே சொல்கிறாள். இவர் விஷயத்தில் இங்குள்ள யூதர்கள் மூடத்தனமாகவும், மூர்க்கத்தனமாகவும் செயல் பட்டிருப்பதாகவே எனக்குத் தோன்றுகிறது.

யூதகுல கவுன்சில் உறுப்பினர் அரிமத்தையாவின் செல்வந்தர், பெரியவர் ஜோசப், யேசுவின் உடலை சிலுவையிலிருந்து கீழிறக்க அனுமதி கேட்டு என்னிடம் வந்த போது, எனக்கு ஆச்சரியமாக இருந்தது. யேசுக்கு அவர் போன்ற செல்வாக்குள்ள சீடர்கள் இருந்தும் எப்படி அவருக்கு எதிராகத் தீர்மானம் போட்டார்கள்?!

கொரியலானஸ்:-

உங்கள் அனுமதி பெற்று, யேசுவின் உடலை சிலுவையிலிருந்து கீழிறக்கி நல்லடக்கம் செய்த காரணத்துக்காக தலைமைக் குரு கைப்பாஸ் அந்தப் பெரியவர் ஜோசப்பை கைது செய்து நேற்று இரவே சிறையில் அடைத்து விட்டதாகச் சொல்கிறார்கள்.

பிலாத்து:-

நாசரேத் யேசு தெய்வீகமானவனா இல்லையா என்று எனக்குத் தெரியாது, ஆனால் தலைமைக் குருவின் அடக்குமுறையின் வீரியம் அந்த யேசுவை சரித்திரத்தை வெல்லும் தெய்வீக வீரியம் உள்ளவனாக மாற்றி விட்டது. மரணத்தையே துச்சமாக்கும் இவன் போன்றத்

தலைவர்களைத்தான் மனித குலம் தெய்வமாக வழிபட்டு வருகிறது.

இருந்தாலும் நம்மைப் பொறுத்தவரை வானத்திலே மார்ஸ் தெய்வமென்றால், பூமியிலே சீசர் ஒருவரே தெய்வீகமானவர்.

[படை வீரன் வருகை....]

படைவீரன்:-

சீசர் நீடுழி வாழ்க.

ஆளுனரைக் காண சில யூதக் கவுன்சில் உறுப்பினர்கள் வந்துள்ளார்கள்.

பிலாத்து:-

உள்ளே வரச்சொல்.

ஹும், தங்கள் ஓய்வு நாள் புனிதமானது என்று இங்கிதமாகப் பேசுகிறார்கள். ஆனால், ஓய்வுநாளில் சாத்தானின் அத்தனை சதிவேலைகளையும் தயங்காமல் செய்கிறார்கள்.

[மூப்பர் ஜோசையா சில பரிசேயர்களோடு உள்ளே வருகிறார்..]

ஜோசையா:-

ஆளுனரே, ஒரு வேண்டுதலோடு வந்திருக்கிறோம்.

பிலாத்து:-

ம், சொல்லுங்கள்.

ஜோசையா:-

அந்தக் கபடன் யேசு தான் மரித்தாலும் மறுபடியும் எழுந்து வருவேன் என்று சொல்லியிருந்தான்.

பிலாத்து:-

அதற்கு நான் என்ன செய்ய வேண்டும்? அந்த மனிதனை உங்கள் எண்ணப்படியே சிலுவையில் அறைந்து கொன்று புதைத்தாயிற்றே.

ஜோசையா:-

அவனது கல்லறையை மூன்று நாட்களாவது காவல் காக்கும்படி உங்கள் வீரர்களுக்கு நீங்கள் ஆணையிட வேண்டும். அல்லது அவனது சீடர்கள், அவனது உடலைத் திருட்டுத்தனமாக வேறு இடத்துக்கு மாற்றி விட்டு, அவன் உயிரோடு எழுந்து விட்டான் என்று சொல்லக் கூடும். அப்படி நடந்தால் அவனைத் தெய்வமென்றே போற்றத் தொடங்கி விடுவார்கள் மக்கள்.

பிலாத்து:-

அவனை மண்ணிலே புதைத்தீர்களா அல்லது விதைத்தீர்களா என்று எனக்குப் புரியவில்லை. வேடிக்கை என்னவென்றால், மரணித்த பிறகும் அவனது பூவுலக சஞ்சாரத்தால் ஏற்பட்ட உங்கள் சஞ்சலம் தீரவில்லை. எது எப்படியோ, அவனது சீடர்களோடு உங்களுக்குள்ள தகராறுகளை யெருசலேம் தேவாலயத்துக்குள்ளேயே வைத்துக் கொள்ளுங்கள்.

இனியும் ஏதாவது கலகம் ஏற்பட்டால் உங்கள் மத சுதந்திரமே பறிபோய் விடும் எச்சரிக்கை.

ஜோசையா:-

சீடர்கள் ஏதாவது கலகம் செய்தால், எங்கள் வாழுகின்ற தெய்வம் அவர்களைத் தண்டிக்கும். கலகம் செய்ய முயற்சித்து தோல்வி அடைந்த விரக்தியில், ஏற்கனவே அவனது சீடர்களில் ஒருவனது உடல், குயவன் தோட்டத்திலே அலங்கோலமாக சிதறிக் கிடக்கிறது.

பிலாத்து:-

மூப்பரே, உங்கள் மத நம்பிக்கைகள் பற்றி எனக்கு சிறிதும் கவலை இல்லை. உங்கள் தெய்வத்தின் ஆளுமை பற்றி அறியவும் ஆர்வம் இல்லை. ஆனால், நினைவிருக்கட்டும், இந்த யூதேயா, ரோமை ஆளுனரான எனது ஆட்சிக்கு உட்பட்ட ஒரு பகுதி. ம்ம்..அவனது கல்லறையைப் பாதுகாக்க எனது நூற்றுவர் தலைவர் வீரர்களை அனுப்புவார். நீங்கள் போகலாம்.

[அவர்கள் வெளியேற, பிலாத்து தன் அதிகாரிகளிடம்...]

குயவன் தோட்டத்தில் மரித்துக் கிடக்கும் சீடன் யார்? என்ன நடந்தது?

ஃபிளேவியஸ்:-

அவனது பெயர் யூதாஸ் இஸ்காரியோத். யூதேயாவைச் சேர்ந்தவன். யேசுவைக் கைது செய்ய யூத நிர்வாகத்துக்கு உதவி செய்து துரோகியாக மாறிவிட்டான் என்று சிலர் சொல்கிறார்கள். இருந்தாலும், மனம் மாறி அவரைக் காப்பாற்றப் போராடித் தோற்றான் என்றும் சொல்லப் படுகிறது. அதனால் ஏற்பட்ட விரக்தியில் அவன் தற்கொலை செய்து கொண்டான் என்றும் சிலர் சொல்கிறார்கள். அவனது உடல், யெருசலேம் புறநகரில் உள்ள குயவன் பள்ளத்தாக்கில் வீங்கிய நிலையில் சிதறிக் கிடப்பதாகத் தகவல்.

துரோகம் செய்பவர்கள் உடல் வீங்கி மரிப்பார்கள் என்பது யூத குல நம்பிக்கை. ஆனாலும், அவன் தற்கொலை செய்தானா, அல்லது கூலிப்படையினரால் கொலை செய்யப் பட்டு, குயவன் பள்ளத்திலே வீசப்பட்டானா என்பது கடவுளுக்கு மட்டுமே தெரியும்.

பிலாத்து:-

அவர்களுக்கென்று ஒரு மதம். ஒரு ஆலயம். புராதன காலத்துச் சில சடங்கு சம்பிரதாயங்கள். அவற்றைப் பாதுகாக்க பழமையான மோயிசன் சட்டம். இவைகளை வைத்துக் கொண்டு கடவுளே தங்களிடம் இருப்பதாக ஆணவத்தில் இருக்கிறார்கள். ஆனால், காலம் எளிய உண்மைக்கு மட்டுமே நித்திய வாழ்வளிக்கும்.

கொரியலானஸ்:-

ஆம் ஆளுனரே, கடைசி நாளில் கடவுள் தீர்ப்பு சொல்லும் போது மட்டுமே அத்தனை சத்தியமும் வெளிவரும்.

திரை